இந்த வாழ்வின், இந்த மனிதர்களின் மத்தியில் ஒரு அந்தரத் தராசு சதா தொங்கிக் கொண்டிருக்கிறது. இதில் ஆணும் பெண்ணும் துல்லியப்பட்டுச் சம எடையில் நில்லாமல், தாழ்ந்தும் உயர்ந்தும் ஸீஸா விளையாடிக் கொண்டிருக்கிறார்கள். இந்தச் சமன் புரிந்துவிட்டால் வாழ்க்கை ரம்மியமானது. இந்த ரம்மியமான இடத்தைச் சிறிதாவது எழுதிப் பார்க்க வேண்டும்

வண்ணதாசன்

உயரப்பறத்தல்

வண்ணதாசன்

சந்தியா பதிப்பகம்
சென்னை - 600 083

உயரப்பறத்தல்

வண்ணதாசன்

முதற்பதிப்பு: டிசம்பர் 1998
சந்தியா பதிப்பக வெளியீட்டில்
முதற்பதிப்பு: 2011 ● இரண்டாம் பதிப்பு: ஜூன் 2019

அளவு: டெமி ● தாள்: 60gsm ● பக்கம்: 144
அச்சு அளவு: 11 புள்ளி ● விலை: ரூ.175/-
அச்சாக்கம்: அருணா எண்டர்பிரைஸஸ்,
சென்னை - 40.

சந்தியா பதிப்பகம்
புதிய எண் 77, 53வது தெரு, 9வது அவென்யூ,
அசோக் நகர், சென்னை - 600083.
தொலைபேசி: 044-24896979

ISBN: 978-93-81319-66-6

UYARAPPARATHTHAL

© VANNADHASAN

Printed at Aruna Enterprises.,
Chennai - 40.

Published by
Sandhya Publications
Old No. 57, 53rd Street, 9th Avenue, Ashok Nagar,
Chennai - 600 083. Tamilnadu
Ph: 044 - 24896979

Price Rs. 175/-

sandhyapublications@yahoo.com
sandhyapathippagam@gmail.com
www.sandhyapublications.com

SAN-502

முன்னுரை

பாவை சந்திரன் ஒரு அருமையான மனிதர். அனுபவம் கூடிய பத்திரிக்கையாளர். நேரடிப் பழக்கம் இல்லை. அது அவசியமும் படாமல் ஒரு நெருக்கத்தை அவரிடம் உணர்ந்தேன். அவருடைய சிகையமைப்பு, முகம், தோலுக்குக் கீழ் ஒரு சோகம் படிந்திருப்பது போன்ற ஒரு சிரிப்பும் பார்வையும் எல்லாம் அப்படி. புதிய பார்வை இதழை அவர் நடத்தியவிதம், அவர் அதில் எழுதிய மிக அருமையான நாவல் 'நல்ல நிலம்' எல்லாம் என்னைப் போன்றவர்களுக்கு முக்கியமானது. அவருடைய கண்மணி வெளியீடுதான் 'உயரப் பறத்தல்'.

வெளிவரச் சற்று நீண்டதாமதமாயிற்று. வழக்கமாக அப்படியெல்லாம் என்ன ஆயிற்று என்று கேட்பவனில்லை. அது என் சுபாவம் அல்ல. அந்த சுபாவத்தை மீறி கேட்டதில் அவருக்கு வருத்தம். கோபம் கூட. நானும் பதிலுக்குக் கொஞ்சமாவது கோபப்பட்டால்தானே நன்றாக இருக்கும். கதிர்வேலன் வந்து சமாதானம் செய்தார். உப்புப் புளிக்கு எல்லாம் சமரசம் செய்கிறவன் பாவை போன்ற ஒரு அருமையான ஆளுடன் சமரசம் செய்து கொள்ளக் கூடாதா என்ன? கொண்டதன் அடையாளம்தான் உயரப்பறத்தல் தொகுப்பு.

நான் மிகவும் உள்ளூரவும், வெளிப்படையாகவும் கொண்டாடுகிற மருதுவின் ஓவியத்துடன், அவருடைய சாயலாகப் படிந்துவிட்ட மருதுபாணி எழுத்துக்களுடன், ஒரு எளிய அழகிய முகப்பு அதற்கு. இப்போது பார்க்கும்போதும், அவருடைய 'வாளோர் ஆடும் அமலை'யின் சித்திர வீச்சுக்களுக்குச் சற்றும்

பின்னகராத அழகுடன் அது திகழ்கிறது. மிஞ்சிப் போனால் மருது பதினைந்து நிமிடங்கள் எடுத்திருப்பார், அதை வரைந்து தர அந்தப் பதினைத்து நிமிடங்களை அகாலமாக்கிவிட முடிந் திருப்பது மருதுவின் தூரிகையால். நல்ல கலை அதைச் செய்யும். காலத்தை அகாலமாக்கும்.

இதன் முதல் பதிப்பிற்கு எழுதிய முன்னுரையே போது மானது. அதனுடைய பின்னிணைப்பாக, அப்போது சொல்ல முடியாததை இப்போது சொல்ல இந்த வரிகளை எழுத முயல்கிறேன். கொஞ்சம் வேடிக்கையாகக்கூட இருக்கிறது. அப்போது சொல்ல வேண்டியதை அப்போதும், இப்போது சொல்ல வேண்டியதை இப்போதும் சொன்னால் போதாதா? எதற்கு அப்போது சொல்லாததை இப்போது?

எல்லாம் சொல்லுவதைவிட, எல்லாம் சொல்லாததுதானே கதை. எதற்கு எல்லாம் சொல்ல வேண்டும்? அன்றைக்கு அடிக்காத வெயிலும் அன்றைக்கு விழாத நிழலும் இன்றைக்கு என்ன செய்யப் போகின்றன. அதுவும் இந்தப் பதினோரு கதைகளையும் எழுதிய சென்னையை, சன்னலுக்கு வெளியே இருவாட்சிப் பூ பூக்க ஆரம்பித்திருக்கிற இந்தப் பெருமாள்புரம் சிதம்பர நகரின் மேஜையில் குனிந்து என்ன செய்துவிடமுடியும்.

எத்தனை கதைகளை, எத்தனை பத்திரிக்கைகளில் எழுதி யிருக்கிறேன். ஓம் சக்தி, இதயம் பேசுகிறது குங்குமம், தாமரை, தழல், புதியபார்வை, ஆனந்த விகடன், கல்கி தீபாவளி மலர், இந்தியா டூடே, தினமணி தீபாவளி மலர் என்று. போதாது என சென்னை வானொலியில் ஒன்றிரண்டு. இத்தனை வாசல்களைச் சென்னையே திறந்து வைத்தது. வைக்க முடியும். உங்களுக்குச் சம்மதமெனில் காற்றாகவோ, வெளிச்சமாகவோ நுழைந்து வெளியேறிக் கொண்டே போகலாம். மாநகரம் யாரையும் சும்மா விடுவதில்லை. பேனாவை அது மூட அனுமதிப்பதில்லை. கதவைச் சாத்த வகையின்றி அது அழைப்புமணியை நாசூக்காக அடித்துக் கொண்டே இருக்கிறது. அந்தி மந்தாரை, கனகாம்பரம் என்று உங்கள் ஊரின் ஆதிப்பூக்களைத் தேடி நீங்கள் பெருமூச்சடை கையில், ஒரு ஆர்க்கிட் பூச்செண்டை அல்லது ஜெர்பெரா ஒற்றைப் பூவை உங்கள் கையில் கொடுத்து மேடையில் உட்கார்த்தி வைத்துவிடும், மாநகரம்.

எங்கு உட்கார்ந்தாலும், எழுத நினைப்பதைத்தானே எழுது வோம். சென்னையில் இருந்தபடி அநேகமாக அ–சென்னைக்

கதைகளையே எழுதினேன். கருப்புப் பசுவும், சைகைகள் மூலம் செய்திகளை நான் சென்னையில் இருப்பதால் மட்டுமே எழுத முடிந்தது என்பதில்லை. பெங்குவின் பறவையைப் பற்றிய ஒரு கவிதையை இடைகாலில் வைத்து எழுத முடியாதா என்ன?

மிக எளிய கதைகள் போல, மிக நுட்பமான கதைகளையும், மிக நுட்பமான கதைகள்போல மிக எளிய கதைகளை எழுதி யிருப்பதில் ஆச்சரியம் ஒன்றுமில்லை. மனிதர்களும், வாழ்வுமே அப்படித்தானே ஒன்றென மயங்கும் இன்னொன்றாக இருக்கிறது. ஆயினும் ஈரம் கதை, 'மாறுதல்', 'சந்தோஷம்', 'ரதவீதி', 'கிணற்றுத் தண்ணீரும் ஆற்றுமீனும்' கதைகள் எல்லாம் எவ்வளவு எளிமையுமோ அவ்வளவு நுட்பமானவையும்தான். அப்பாவைக் கொன்றவனை, சைகைகள் மூலம் செய்திகளை, அழுக்குப் படுகிற இடத்தை, அழைக்கிறவர்களை என்னால் எழுதமுடிந்ததற்காக நான் சற்று உயரப் பறக்கலாம்.

நான் இப்போது எல்லாம் அடிக்கடி உணர்வது போலவும், என் நண்பர்களிடம் சொல்வது போலவும், எல்லாப் பறத்தலும் பறத்தலற்றுவிடத்தானே. உயரப் பறக்கிற எல்லாப் பறவைகளும், ஒரு சிறு கணம் பறப்பதில்லை. மிதக்கிறது. நீங்களும் அதைப் பார்த்திருப்பீர்கள். இதுவரை பார்க்கவில்லையெனில் பார்ப்பீர் களாக! பறக்கவில்லையெனில் பறப்பீர்களாக!

கல்யாணி.சி
12.04.11

முதற்பதிப்பின் முன்னுரை

நான் டப்ளினர்ஸ் படித்ததில்லை. வண்ணநிலவனின் தாமிர பரணிக் கதைகளைப் படிக்க வாய்த்தது. ஒவ்வொரு வாரமும் தாய் பத்திரிகையில் வெளியான போதும், தொகுப்பாக வெளி வந்தபோதும் அந்தக் கதைகளின் உலகம், மனிதர்கள் குறித்துப் பெருமிதம் உண்டாயிற்று. எந்த இடத்திலும் அது தாமிரபரணி ஆற்றைப்பற்றி ஒரு வார்த்தை பேசவில்லை. ஆனாலும் அந்தக் கதைகளின் ஈரம் ஒரு நதியின் ஈரம் என்பதை யாராலும் உணர்ந்து கொள்ள முடியும்.

அதற்குப் பின்னால், 'புதியபார்வை'யில் விட்டல்ராவ் தொடர்ந்து எழுதியபோதும், 'தினமணி கதிர்' வார இணைப்பில் பிரபஞ்சன், கோபிகிருஷ்ணன், எஸ். சங்கர நாராயணன், மறுபடியும் வண்ணநிலவன் என இன்னும் சிலர் ஒரு மாதத்தின் அடுத்தடுத்த நான்கைந்து வார இதழ்களில் எழுதியபோதும், அவை எனக்கு ஒரு நல்ல வாசக அனுபவமாகவும், நானும் எழுதுகிறவன் என்கிற முறையில் வேறொரு தனித்த, கூர்மையான பயிற்சியாகவும் இருந்தன. ஒரு நாவலையோ தொடர்கதையையோ வாராவாரம் எழுதிவிடுவது கூடச் சுலபமாக இருக்கும் என்றும், இப்படி வெவ்வேறு சிறுகதைகளை அடுத்தடுத்து எழுதுவது ஒருவகைச் சவாலை முன்வைப்பது என்றும் தோன்றிற்று. ஆனால், படைப்பு ரீதியாக, இப்படிச் சவால்களின் ஞாபகங்களுடனோ, வெற்றியைப் பற்றிய பிரக்ஞையுடனோ இயங்க முடியாது என்பதுதான் உண்மையாக இருக்க முடியும். பென்சிலைக் கூர்மையாகச் சீவிக்

கொள்ள முனைகிற போது எல்லாம் எத்தனை தடவை அதன் நுனி உடைந்து போகிறது என்று நமக்குத் தெரியாததா?

இந்தத் தொகுப்பின் ஆறேழு கதைகள் தொடர்ந்தும், குறுகிய தினங்களின் இடைவெளியிலும் எழுதப்பட்டவை. இப்படி அடுத்தடுத்து எழுதுவது மேலும்மேலும் நம்மைத் தோண்டிக் கொள்ள உதவுகிறது. பரண்களில் ஏற்றிவைத்த சாமான்களை இறக்கி, மீண்டும் பரணுக்கு ஏற்றுகிற இடைவெளிகளில் எங்கெங்கோ சென்றுதிரும்புகிறோம் நாம். அனுபவித்தபோது இருந்த மனத்தைவிட, மீள் பார்க்கிற மனம் சற்றுக் கனிந்து கிடப்பதால், அனுபவங்களைப் புதிய வெளிச்சங்களில் அல்லது புதிய வெளிச்சக் குறைவுகளில் பார்க்கத் தோன்றுகிறது இப்போது. கடைசல் செப்புக்களுக்கு இடையே கிடக்கிற சின்னஞ்சிறு மரப்பாச்சி பொம்மையில் என்னென்ன எல்லாமோ பார்க்கவும் சொல்லவும் இருப்பது போல உணர்கிறோம். உளிச் செதுக்கல் களுக்குத் தோதுவாக, மரப்பி சிறு பிசிறின்மைக்கு வாகாக, பெரும்பாலும் முக்கோண வடிவங்களின் வெவ்வேறு நீட்சி களாகவே செய்து முடிக்கப்பட்டிருக்கிற மரப்பாச்சியின் முகத்தில், இடுப்பில், கை, கண்களில் எல்லாம் ஒரு செப்புச் சிலையின் வடிவ நேர்த்தியையும் மீறி நிறையவே காணக் கிடைக்கின்றன. பெண் என்றோ ஆண் என்றோ பகுக்க அடையாளமின்றி இடுப்புப் பக்கம் இரு கை தளர்த்தி நிற்கிற அந்த மரப்பாச்சியை எந்த வயதினர்க்கும் பிடித்துப் போவதற்கு என்ன காரணம் இருக்க முடியும்? ஒரு ப்ளாஸ்டிக் விளையாட்டுப் பொம்மை அதைச் செய்தவனை அநேகமாக யாருக்கும் ஞாபகப் படுத்துவதில்லை. மரப்பாச்சிகள் அதைச் செய்கின்றன.

எழுத்து என்பதும் எழுதியவனைச் சேர்த்தே அடையாளம் காட்டுகின்றது. எழுதப்பட்ட பாத்திரங்கள் எழுதப்படாத பாத் திரங்களையும் சேர்த்துத்தான் ஏதோ ஒரு வகையில் நடமாட வைக்கின்றன. வெயில் தன்னோடு நிழலையும் இழுத்துக் கொண்டு வரும்போது இற்றுப் போயிருக்கிற மூங்கில்கள்கூட அழகாகி விடுகிறது. மூங்கில் குருத்துக்கள் அதைவிட அழகு. மூங்கில் சருகில் சரசரக்கிற பாம்பின் அழகுபற்றிச் சொல்லவே வேண்டாம்.

ஒரு குறிப்பிட்ட பருவத்தில் நிறைய எழுதுகிறது என்பது எல்லார்க்கும் அமையும் போல. ஜெயமோகன் கூட அவர் எழுதுகிற பருவத்தையும் எழுதாதிருக்கிற பருவத்தையும் ஓரிடத்தில் குறிப் பிட்டிருக்கிறார். அந்த வகையில், என் சென்ற தொகுப்பையும், சமீபத்திய இந்தத் தொகுப்பையும் பார்க்கிற போது, செப்டம்பர்

அக்டோபரில் நிறைய எழுதுகிறேனோ என்று யோசிக்கத் தோன்றுகிறது. மழைக்கு முந்திய பருவமோ, மழைப் பருவமோ ஆக அது இருப்பதில் எனக்கு ஒருவகையில் மகிழ்ச்சிதான்.

ஒரு விதையாகவும் ஒரு தாவரமாகவுமே என்னையும் என் வாழ்க்கையையும் நினைத்துக் கொள்கிற எனக்கு, என்னுடைய எழுத்துக்கள் மழைக்காலத்தில் எழுதப்படுவதும் வெளியாகிறதும் பொருத்தமானதென்றே படுகிறது. எதையாவது சொல்லி உறுதி செய்யக் கோருகிற, பாதுகாப்புத் தேடுகிற மனத்திற்கு இதுபோன்ற உவமைகள் அமைதியளிக்கின்றன.

சமீபத்தில் எங்கள் அலுவலகத்தின் அற்புதமான சிவப்புக் கட்டிடத்திற்கு முன்னால் பாதாளச் சாக்கடைச் சீரமைப்பிற்காகக் குழிதோண்டிக் கொண்டிருந்தார்கள். எங்கள் அலுவலகக் கட்டிடத் திற்குள்ளே அரச மரங்கள் உண்டு. ஆனால் அந்தக் குழிகளின் பொறியியல் ஆழ அகலங்களுக்குள் நீட்டிக் கொண்டிருந்த சல்லி வேர்கள் அந்த அரசமரத்தினுடையவையோ என்று உறுதியாகச் சொல்ல முடியாது. அந்தச் சல்லிவேர்களின் வாசம் நான் எவ்வெப்போதோ சிறுவயதில் உணர்ந்த வேறு வேறு சல்லிவேர் வாசனைகளை நினைவூட்டியது. இப்படி எந்த வகையிலேனும் சல்லிவேர் வாசனையை மீட்டுக் கொள்ளத்தான் எழுதுகிறேனோ? அந்தச் சல்லிவேர்களே அதன் வெளிறிய மெல்லிய பரவல்களே நான் என்று உணர்ந்து கொள்வதில் தவறுண்டோ? மிதிக்கப்படும் போது புற்களும், பிடுங்கப்படுகிறபோது இந்தச் சல்லிவேர்களும் கிளப்புகிற வாசனையை என் எழுத்துக்கள் உண்டாக்கும் எனில் எவ்வளவு நன்றாக இருக்கும்.

வாழ்ந்ததைக் காட்டிலும் வாழவேண்டியது அதிகமிருப்ப தாகவும் பெற்றதைவிட இழந்துவிட்டது அனேகம் என்றும் நான் நினைத்ததில்லை. ஆனால் எழுதி முடிக்கிற ஒவ்வொரு சமயமும், எழுதியதைக் காட்டிலும் எழுத வேண்டியது அதிகமாக இருப்பது போலச் சமீபத்தில் தோன்றுகிறது. நேற்றுப் புரிந்ததைவிட இன்று வாழ்வையும், நேற்று எழுதியதைவிட இன்று மனிதர்களையும் சரியாகப் புரியவும் எழுதவும் முடிகிறது.

அதே மனிதர்கள், கிட்டதட்ட அதே பரப்பளவுடைய வாழ்வு தான். ஆனால் வேறு வார்த்தைகளில்தான் சொல்லும் படியாகி விட்டது எல்லாவற்றையும். ஏற்கனவே சொல்லப்பட்டது என்ற முத்திரையை ஏற்க மறுத்தே ஒவ்வொரு நல்லபடைப்பும் தன்னைத் தீவிரமாக முன்வைத்துக் கொள்கிறது. வேறுயாரும் சொல்லாத

கதைகளை நான் சொல்ல முடிகிறதோ இல்லையோ, ஏற்கனவே நான் சொன்ன கதைகளைத் திருப்பிச் சொல்லாமல் இருக்கவும், என்னளவில் புதிய கதைகளைச் சொல்லவும் முயல்கிறேன். அந்த முனைப்பின் அடையாளமாக இந்தத் தொகுப்பின் கதைகள் இருக்கின்றன.

இந்தக் கதைகளை அவ்வப்போது வெளியிட்ட பத்திரிகைகளுக்கும், ஒலிபரப்பிய சென்னை வானொலி நிலையத்தினர்க்கும், இப்போது தொகுப்பாகப் பதிப்பிக்கிற திரு. பாவை சந்திரன் அவர்களுக்கும் என் நன்றி உரித்தாகிறது.

எல்லோர்க்கும் அன்புடன்,
எஸ். கல்யாண சுந்தரம்

2, ராஜூ நாயக்கர் தெரு,
சென்னை 33

03.11.97

கதைகள்

ஈரம் 13 ● அச்சிட்டு வெளியிடுபவர்கள் 18
சூரியநமஸ்காரம் 27 ● மாறுதல் 34 ● உயரப்பறத்தல் 42
அரசமரம் 49 ● அழுக்குப்படுகிற இடம் 57
சந்தோஷம் 69 ● சில வாழைமரங்கள் 74
யாளிகள் 86 ● அப்பாவைக்கொன்றவன் 94
கிணற்றுத்தண்ணீரும் ஆற்றுமீனும் 101
ரத வீதி 105 ● அழைக்கிறவர்கள் 112
கருப்புப்பசு (என்கிற) பாத்திமா 119
சைகைகள் மூலம் செய்திகள் 126
இங்கே இருக்கும் புறாக்கள் 135

ஈரம்

எனக்கு லோகுமதினியைப் பார்க்கவேண்டும் என்று தோன்றி விட்டது.

போனதடவையும் இதேமாதிரி ஒரு சனிக்கிழமை மத்தியானம் நான் போயிருந்தேன். அன்றைக்கு மதினி ஒரு பாக்குக் கலர் சேலை கட்டியிருந்தார்கள். அப்போதுதான், ஆபீஸில் இருந்துவந்து, சேலை மாற்றுவதற்காகக் கதவைச் சாத்தியிருப்பார்கள் போல. என் சத்தம் கேட்டதும், கையிலே வைத்திருந்த 'உடுமாத்துச்' சேலையைத் தோளில் போட்டுக்கொண்டு வந்தார்கள். 'வா, முருகேசு இப்பத்தான் வாரியா?' என்று கேட்ட முகத்தில் சிரிப்பு. எப்படி. இப்படிச் சிரித்துக்கொண்டே இருக்க முடிகிறது மதினிக்கு என்று தெரியவில்லை. தலைக்கு எண்ணெய்தேய்த்த கையைக் கடைசியில் முகத்தில் பூசிக்கொள்வதுபோல லேசான எண்ணெய்ப் பசை இருக்கிற அந்த முகத்தில், இன்ன இடம் என்று சொல்ல முடியாமல், எல்லா இடத்திலும் அந்தச் சிரிப்புத் தெரியும்.

'கொஞ்சம் இரு. முகத்தைக் கழுவிவிட்டு வந்திருதேன்' என்று லோகுமதினி போய்விட்டு வருவாள். முகத்தைக் கழுவினால் நமக்கு எல்லாம் உடனே துடைக்கவேண்டும் என்றுதானே தோனறும். லோகுமதினி துடைக்க மாட்டாள். தலைமுடி, நெற்றியில் அப்பியிருக்கும். ஒட்டுப் பொட்டு இருக்காது. மைசூர் சந்தன சோப்பு வாசனையடித்துக்கொண்டு சொட்டுச்சொட்டாகக் காது மடல்களில் தண்ணீர் இறங்கிக் கொண்டிருக்கும். கண் இரப்பை முடிகளில் பாசி கோத்திருந்த தண்ணீர் சிதறும். 'துடைத்துக்கொள்ளவில்லையா' என்று கேட்டால், 'கொஞ்ச

நேரம் அப்படியே இருக்கட்டுமே' என்று சொல்லிவிட்டு சாமி படத்துக்கு முன்னால் போய் நிற்பாள். கும்பிட்டுவிட்டு வரும் போதும் ஈரம் அப்படியேதான் இருக்கும். வெறும் நெற்றியாக இருந்த இடத்தில் திருநீறு இருக்கும் இப்போது.

வேறு என்ன விசேஷம் சொல்லு' என்று உட்கார்வார்கள்.

'நீங்கதான் சொல்லணும்' என்று சொல்வேனே தவிர 'அண்ணாச்சி இப்போ வேலைக்குப் போகிறாங்களா' என்று என்னால் கேட்க முடியாது. ஆனால் அப்படி நான் கேட்க நினைப்பேன் என்று தெரிந்ததுபோல, 'பத்துநாளா உங்க அண்ணாச்சி திரும்பவும் வேலைக்குப் போகிறாங்க' என்று மதினி அதற்கும் சிரிப்பார்கள். சிரிப்பு ஒரேமாதிரியாகத்தான் இருப்பதுபோல இருக்கும். பேசிக் கொண்டே இருக்கும்போது- சில சமயம் ஒரு வினாடி கரண்ட் போய்விட்டு உடனே வருமே அதுபோல - சிரிப்புக்கு மத்தியில் ஒரு இருட்டு விழுந்து மாறும்.

கண் பளபளக்கிறதைவைத்து ஒன்றும் சொல்ல முடியாது. லோகுமதினிக்குச் சிரிப்புமாதிரிக் கண்ணிலும் அந்த ஈரம் எப்போதும் இருக்கும். ஒரு தடவை அதைப் பற்றி யாரோ சொல்லும் போது, லோகுமதினிக்குப் பக்கத்தில் இருந்த அண்ணாச்சி 'எங்க சொத்தே அதுதானே' என்று சொன்னார்கள்.

தங்களுக்குப் பிள்ளை இல்லை என்பதை அண்ணாச்சி அப்படிச் சொன்னார்களா அல்லது இயல்பாகவே சிரிப்பைப்பற்றித் தான் சொன்னார்களா என்று சொல்ல முடியவில்லை.

இந்தத் தடவை போகும்போது வீடு திறந்து கிடந்தது.

"வீட்டுல யாருமில்லையா?" என்று குரல் கொடுத்துக்கொண்டே கடைசிவரை போனேன். லோகு மதினி இல்லை. இரண்டாம் கட்டு - அடுக்களை எல்லாம் தாண்டிப் போனால், பின்கட்டில் அடுத்த வீட்டுக் காம்பவுண்ட் சுவர் ஓரம் அண்ணாச்சி நின்று கொண்டு இருந்தார்கள்.

இடுப்பு உயரத்துக்கு வளர்ந்து குருத்து விட்டுக்கொண்டு இலை பிரிந்து பிரியாமல் இருந்த வாழைக்கன்று இரண்டுக்கு மத்தியில், ஒரு செடிமாதிரித்தான் அண்ணாச்சி சுவரோடு சுவராக நின்று அந்தப் பக்கம் பார்த்துக்கொண்டு இருந்தார்.

"என்ன, இன்னைக்குச் சீக்கிரமே வந்தாச்சா?" என்று நான் கேட்டது அவர் காதில் விழவில்லை.

பக்கத்து வீட்டில் திரிக் வைத்துக் குழாய் தோண்டுகிறார்கள் போல. ஒரே சத்தமாக இருந்தது. ஜெனரேட்டர் சத்தமும், அவ்வப் போது காற்றுச் சீறுகிற சத்தமும், ரைஸ் மில்மாதிரிச் சத்தமும் எல்லாம் சேர்ந்து கலவையாகக் கேட்டுக் கொண்டிருந்தன.

நான் பக்கத்தில் போகப்போக, ஒரு கிழிசல்கூட விழாத, இளம் நாற்று நிறத்திலிருந்த அந்தச் சிறிய வாழை இலை ஒரு பச்சைத்தோகை போலக் காற்றில் அசைந்தது. மாலை வெயிலில், போதுமான வெளிச்சத்தின் பின்னணியில், அப்படி அந்த வாழையிலை சற்றே தணிந்து நிமிர்ந்த நேரம், அது லோகு மதினியின் பெண்குழந்தையாக இருக்கக்கூடாதா என்று எனக்குத் தோன்றியது.

அண்ணாச்சியின் தோளில் போய்க் கையை வைத்தேன்.

“வா.. வா... வா.. இன்றைக்கு என்னமோ நீ வருவேங்கிற மாதிரியே எனக்குத் தோணுச்சு.” அண்ணாச்சி சொன்னார்கள்.

நான் ஒன்றும் சொல்லாமல் சிரித்தேன்.

“என்ன சிரிக்கே, நிஜமாத் தோணுச்சு முருகேசு” என்று அண்ணாச்சி மறுபடியும் சொன்னார்கள். வலதுகையில் ஈரமண் போல ஏதோ இருந்தது.

“அதுதான் நான் வருவேண்ணு கதவு எல்லாத்தையும் விரியத் திறந்து போட்டுட்டு இங்க வந்து நிக்கிறீங்களாக்கும். எவனும் வந்து என்னத்தையும் தூக்கிக்கிட்டு போனால்கூடத் தெரியாது” என்று நான் சொன்னதற்கு–

“உன் மதினிகூட வீட்டில இல்ல. எவன் வந்து, வேறு என்னத்தைத் தூக்கிட்டுப் போகப் போறான் இந்த வீட்டில.”

அண்ணாச்சி சொல்லிக்கொண்டே வலது கையை என் முன்னால் நீட்டி, “இது என்னது பார்த்தியா?” என்று கேட்டார்.

நீட்டின உள்ளங்கையில், உதிர்ந்த புட்டுமாதிரி, ஈரமும ஈரமில்லாமலும் மணல் கொஞ்சம் கொஞ்சமாகச் சரிந்து திரண்டிருந்தது.

அண்ணாச்சியே சொல்ல ஆரம்பித்தார், “அடுத்த வீட்டில ரிக் போட்டுட்டு இருக்காங்க, இல்லையா. அதையேதான் பார்த்துக் கிட்டு நிற்கேன் மத்தியானத்திலே இருந்து. ஊரிலே கிணறு

வெட்டின ஞாபகம் எல்லாம் வந்துட்டுது. அன்றைக்குப் பாதாளத்துல விழுந்த குடும்பம்தானே; ரெண்டு தலைமுறையா, இன்னும் எழுந்திருக்க முடியாமலே போச்சே."

அண்ணாச்சி முகம் வேறுமாதிரியாக இருந்தது. பனங் காடுகளின் ஆயிரம் ஓலைகள் முகத்தில் சலசலத்தன. சுண்ணாம்புப் பாறைகள் நொறுங்கி வேட்டுச்சத்தங்களுடன் நாலாபுறமும் தெறித்தன. சாத்தான்குளத்திலிருந்து நீரோட்டம் பார்க்க வந்தவரை அண்ணாச்சியுடைய அப்பா ஏசிக்கொண்டு போட்ட இரைச்சலில், அம்மா பொங்கலிட்டு மாவிளக்கு படைத்த சமயம் குலவையிட்டது எல்லாம் அடங்கிப் போய்விட்டிருந்தது.

பழைய ஞாபகத்தை எல்லாம் அப்புறப்படுத்துவது போல, ஒரு பெருமூச்சு விட்டுவிட்டு அண்ணாச்சி தலையை உதறினார்.

"பிசுபிசுண்ணு ஈரமணல் வர ஆரம்பிச்சுட்டுது. இன்னும் அஞ்சு நிமிஷத்துல ஊற்றுப் பொங்கி தண்ணி வந்திரும்." அண்ணாச்சி, ஒரு புதையல் போல, அந்த மணலை உள்ளங்கையில் பொத்திக் கொண்டு, ரிக் போடுகிற இடத்தைக் காட்டினார்.

வீட்டுச்சொந்தக்காரர், அவரின் குடும்பத்தினர், எங்கிருந்தோ வந்திருந்த சின்னஞ்சிறு பிள்ளைகள் எல்லோரும் அந்தத் தருணத் திற்காகக் காத்திருப்பதுபோல மிக நெருக்கமாக நின்றனர். குழந்தை பிறக்கப்போகிறது மாதிரி அடிக்கடி கைக்கடிகாரத்தைப் பார்த்துக் கொண்டார் பின்வீட்டுக்காரர்.

"நீ வேணும்னா பட்டாசல்ல போய் உட்காரேன். மதினி வருகிற நேரந்தான். பீரோத் தலையில் பேப்பர் இருக்கும். வேணும்னா எடுத்துப் படி" என்று அண்ணாச்சி சொல்லிக் கொண்டிருக்கும்போது, ரோட் என்ஜின் சத்தம் போடுவது போல ஒரு சத்தம் வந்தது. ஜெனரேட்டர் உறுமலுக்கு இடையில், காற்றுத் திறப்பதுமாதிரி ஒரு தடவை ஆழமாகச் சீறியது. சாரல் தெறிப்பதுபோல, யானை தும்பிக்கையால் தண்ணீர் விசிறுவது போல விசிறி, சட்டென்று வேகமாகத் தண்ணீர் பொங்கி வழிய ஆரம்பித்தது.

குத்தவைத்து உட்கார்ந்து வேடிக்கை பார்த்துக் கொண்டிருந்த பிள்ளைகள் சத்தம் போட்டுக்கொண்டு எழுந்திருந்து குதித்தன. மழை பெய்கிறதா என்று பஸ்ஸிலிருந்து கை நீட்டிப் பார்க்கிற மாதிரி, வீட்டுக்காரர் கையை நீட்டிக்கொண்டு நின்றார். அவருடைய மனைவி கண்களை மூடிக் கும்பிட்டபடி இருந்தார். பீச்சி அடித்த தண்ணீரில், சேலையில் ஒரு பகுதி நனைந்திருந்தது.

காம்பவுண்ட் சுவர் ஓரம் என்னுடன் பேசிக் கொண்டிருந்த அண்ணாச்சி, சடாரென்று சுவரில் கால் வைத்து ஒரே தாவாகத் தாவி அந்தப் பக்கம் குதித்தார். குதித்து அமுங்கின உடம்பு நிமிர, வண்டலும் கரைசலுமாக விழுந்துகொண்டிருக்கிற தண்ணீர்ப் பக்கம் ஓடி, வலது கையில் வாங்கி உச்சந்தலையில் தெளித்துக் கொண்டார். உள்ளங்கைக்குழியில் ஏந்தி இரண்டு கண்களையும் பொத்தினார். பெருமாள்கோயில் தீர்த்தம்போல, வலது கையிலிருந்த தண்ணீர் மடக்கை அண்ணாந்து குடித்தார். இரண்டு கைகளிலும் ஏந்திக்கொண்டு நிரம்பின தண்ணீரை, அந்த வீட்டுக்காரர்களுக்கு அர்ப்பணிப்பதுபோல உயர்த்தித் தரையில் விட்டார். மறுபடியும் இரண்டு கையாலும் ஏந்திக் குடித்தார்.

வீட்டுக்காரருக்குச் சந்தோஷம்தான். சந்தோஷத்தையே இப்படிச் சொன்னார், "இப்போ போய்க் குடிக்கீங்களே, கலங்கலா அல்லவா இருக்கும்?" என்று; அண்ணாச்சியைப் பார்த்துச் சொல்லும்போது அவருக்கும் குரல் நடுங்கியது.

"கலங்கல்னு குடிக்காம இருப்பாங்களா. சீம்பாலைவிட அம்ருதம் உண்டா உலகத்திலே?" அண்ணாச்சி, இரண்டு கையிலும் தண்ணீரை ஏந்திக்கொண்டு வந்து காம்பவுண்டுச் சுவருக்கு மேலாக என் பக்கம் நீட்டினார். காய்த்துப்போய் ரேகைகள் பிளந்து ஓடிக் கொண்டிருந்த உள்ளங்கையில் தண்ணீர் அலம்பிக் கொண்டிருந்தது.

"பாத்தியாப்பா" என்று அண்ணாச்சி மேலும் நீட்டும்போது, கையிலிருந்து தண்ணீர் சிந்தி, சுவருக்கு இந்தப்புறம் நிற்கிற வாழையின் விரிந்த இலையில் விழுந்து பளபளவென்று உருண்டது.

அந்தப் பளபளப்பும் ஈரமும் லோகுமதினியை ஞாபகப்படுத்தின. மதினியின் கண்கள் அப்படித்தானே இருக்கும்.

– 'ஓம் சக்தி', நவம்பர் 1996

அச்சிட்டு வெளியிடுபவர்கள்

அகஸ்தியர்கோயில் பஸ் ஸ்டாப்பில், ராமையா, பஸ்ஸை விட்டு இறங்கும்போது ஒன்று – இரண்டாகச் சாரல் விழ ஆரம்பித்திருந்தது. அதுவே அவனுக்குப் பிடித்திருந்தது.

பெட்டியைத் தூக்கிக்கொண்டு சாவடித் தெரு, ரேஷன் கடை எல்லாம் தாண்டி, பழனிமாமா வீட்டுப்பக்கம் போகும்போது இந்தச் சாரல் ஆரம்பித்திருந்தால் இன்னும் ரொம்ப நன்றாக இருந்திருக்கும் என்று தோன்றியது. ஆனால் நினைக்கிறபடியா எல்லாம் நடக்கிறது?

கோமு அக்காவுக்குச் சாகிற வயதா? இப்படி இரண்டு பிள்ளைகளை விட்டுவிட்டுச் செத்துப்போவாள் என்று யார் கண்டார்கள்?

அம்மாகூட வருத்தப்பட்டாள்: 'ஊருல என்னென்ன அதிசயம் எல்லாமோ நடக்குண்ணு கேள்விப்படுதோம்; செத்தவன் எல்லாம் எழுந்திருச்சு உட்கார்ந்திர்றான், இவன் ஈரல்குலையை எடுத்து அவளுக்கு வைக்கான், அவன் முழியைத் தோண்டி இவளுக்குப் பதிக்கான், அப்படி இப்படிங்காங்க. இந்தப் பாதகத்திக்கு இப்படி நேர்ந்திருக்கே. பிள்ளை பெத்த வீட்டுக்குள்ளே செத்துப் போகிறதுங்கிறதை யாரும் இப்ப சொன்னால்கூட நம்பமாட்டாங்க. பாவிமட்டை போய்ச் சேர்ந்திருக்காளே, பச்சைப் பிள்ளைக்குப் பால்கொடுக்க ஆளில்லாமல்.'

கோமு அக்காவைச் சைக்கிள் காரியர் பின்னால் வைத்துக் கொண்டு போய் பஸ் ஸ்டாண்டில் தினசரி விடவேண்டிய

பொறுப்பு எப்படியோ ராமையாவுக்கு வந்துவிட்டது. அப்படி ஒரு தடவை வரும்போதுதான் இதே மாதிரி மழை பெய்ய ஆரம்பித்து விட்டது. பழனிமாமா வீட்டு வேப்ப மரத்தடியில் முதல் முதல் ஒதுங்கி நின்றது அன்றைக்குத்தான். சைக்கிளை ஸ்டாண்ட் போட்டுக் கொண்டு ராமையா வேப்பமரத்தடியில் நின்றான். கோமு அக்கா நடையில் நின்றுகொண்டிருந்தாள்.

கோமு அக்கா தலைக்கு மேல், 'பொதிகை அச்சுக்கூடம்' என்ற நீலநிறப் பெயர்ப்பலகையில் ஆயுதபூஜைக்கோ வேறு எந்தச் சமயத்திலோ போட்ட பூமாலை தொங்கிக் கொண்டிருந்தது. கருகின பிறகும் கட்டிகட்டியாக சிவந்திப்பூ அப்படியே இருந்தது. மழையிருட்டுக்கு வரிசையாக பிரஸ்ஸின் எல்லா அறைகளிலும் விளக்கு எரிந்தது. கொஞ்சம் குனிந்து பார்த்தால், மஞ்சள் பல்பும் சந்தனப்பொட்டுமாக, பழனிமாமாவின் அப்பா புகைப்படம் தொங்குகிறது.

பழனிமாமாவுடைய அப்பா அந்தக்காலத்தில் அவ்வளவு பிரசித்தமாம். 'அச்சிட்டு வெளியிடுபவர்' என்று தைரியமாகத் தன் பெயரைப் போட்டு விநியோகித்த பிரசுரங்களுக்காக அவரை ஜெயிலில் போட்டார்களாம். அண்ணாத்தை வீடு அல்லது அச்சுக்கூடத்து வீடு என்று இப்போதுகூட யாரைக்கேட்டாலும் பழனிமாமா வீட்டுக்கு வழி சொல்லி விடுவார்கள்.

'குருவிக் குஞ்சுமாதிரி பழனிக்கு அப்படியே அண்ணாத்தை வாய், அண்ணாத்தை சிரிப்பு. முகத்தை முழுசாப் பொத்திக்கிட்டு இந்தச் சிரிப்பை மாத்திரம் காட்டினால்கூட இன்னார் என்று ஈசியா அடையாளம் சொல்லிப் போடலாம். குணமும் ரெண்டு மாத்துக் கூடுதல் தானே தவிர கம்மியில்லை' என்று அந்தப் பிரஸ்ஸில் முப்பது வருஷமாக அச்சுக் கோக்கிற செல்லையாப் பிள்ளை மனதாரத்தான் சொல்லியிருக்க வேண்டும். பக்கத்து வீட்டில் தறி அடிக்கிற சத்தம் கேட்டுக் கொண்டிருந்தது. கனத்து மழை பெய்கிற அந்த நேரத்தில், அடுத்தடுத்த வீடுகளிலிருந்து தொடர்ந்து கேட்டுக்கொண்டிருந்த தறியின் சப்தம் என்னென்னவோ எல்லாம் நினைக்க வைத்தது.

'கவிதை அரங்கேறும் நேரம்' என்ற பாட்டுக்கூட யார் வீட்டில் இருந்தோ வந்தது. கோமு அக்கா அந்தப் பாடலைக் கேட்டாளா என்று தெரியவில்லை. கோமு அக்காவுக்கு மழை நின்று, பஸ் பிடித்து அம்பலவாணபுரம் போக லேட்டாகிவிடுமோ என்று பதற்றமாக இருந்திருக்கும்.

'பிரேயர் ஆரம்பிச்சிடுவாங்க ராமையா' என்று சொல்லிக் கொண்டேதான் அநேகமாக சைக்கிள் காரியரில் உட்கார்வாள். சைக்கிள் அலம்பாமல் கோமு அக்கா ஏறி உட்கார்கிறவிதம் நன்றாக இருக்கும்.

'இவள், பிள்ளைகளுக்குச் சொல்லிக் கொடுக்கப் போறாளா, இல்லை, பள்ளிக்கூடத்தைத் தொறந்து தூத்துப் பெருக்கி வைக்கப் போறாளான்னு தெரியலையே. எட்டு மணிக்கு இந்தப் பறப்பு பறக்கிறா' என்று கோமு அக்காவின் அம்மாவே ராமையாவிடம் சொல்லியிருக்கிறாள்.

ராமையா இப்படித் தினசரி சைக்கிளில் பஸ் ஸ்டாண்டிற்குக் கொண்டு போய் விட்டுவிட்டு வருவான் என்று ராமையாவுடைய அம்மாவும் முதலில் எதிர்பார்த்திருக்க மாட்டாள்.

இதில் வேடிக்கை என்ன என்றால்–

'நீ வேணும்னா கோமு அக்காவைக் கொண்டு போய் சைக்கிளில் விட்டுவிட்டு வந்திரேன். பள்ளிக்கூடத்திலே பரீட்சை நடக்காம். லேட்டாயிட்டுதாம்!' என்று முதன்முதல் சொன்னதே ராமையாவுடைய அம்மாதான்.

ராமையாவுக்குச் சந்தோஷமாகவும் இருந்தது, கூச்சமாகவும் இருந்தது. சைக்கிளை நடையைவிட்டு இறக்கும்போது, அம்மா, அடுத்த வீட்டுக்குள் ஓடிப்போய், 'லெட்சுமியக்கா, கோமுவை வேணும்னா சைக்கிளில் கொண்டு போய் எம் மகனை விடச் சொல்லட்டுமா' என்றாள்.

'ஒரு அர்ஜெண்டுண்ணா இந்த உதவிகூடப் பண்ணமாட்டானா என்ன.' அம்மாவே மீண்டும் சொன்னாள்.

கோமு அக்கா ரப்பர் செருப்பு மட்டும் முதலில் ஒரு ஜோடி தரையில் வந்து விழுந்தது. அது என்ன பழக்கம் எனத் தெரிய வில்லை. வீட்டில் இருந்தே காலில் போட்டுக்கொண்டு தெருவில் இறங்குவதற்கும், இப்படித் தெருவில் வந்து காலில் அணிந்து கொள்வதற்கும் அதிக வித்தியாசமில்லை. இருந்தாலும் கல்யாணத் திற்குப் பெண் அழைத்துக்கொண்டு போகிற அன்றைக்குக்கூட கோமு அக்கா அப்படித்தான் போட்டுக் கொண்டாள். அந்த ஊதா ஹவாய்ச் செருப்பையே திருப்பித் திருப்பி வாங்குகிற அளவுக்கு அதில் என்ன இருக்குமோ.

ராமையா, பெட்டியைக் கைமாற்றிக் கொண்டான். கொஞ்சம் கொஞ்சமாக நினைவுகள் பள்ளத்தை நோக்கி இறங்கி ஓடின.

பழனிமாமா வீட்டு வேப்பமரத்துக்குக் கோமு அக்கா இறந்து போனது எல்லாம் எப்படித் தெரியும். அது, அதன் போக்கில், ராமையா இந்த ஊரைவிட்டுப் போகும்போது இருந்ததைவிட நான்கு மடங்கு பெரிதாக இப்போது வளர்ந்துவிட்டிருந்தது.

ஒரு பக்கம் வேப்பமரமும், இன்னொரு பக்கம் பன்னீர் மரமும் வளர்க்க வேண்டும் என்று பழனிமாமா வீட்டில் யாருக்குத் தோன்றியதோ. வாசலில் நிறுத்தியிருக்கிற சைக்கிள் சீட் மேல் எல்லாம் வேப்பம்பூ உதிர்ந்து கிடக்கும். சாக்கடைத்தண்ணீரில் காம்புகாம்பாகப் பன்னீர்ப்பூ நகர்ந்து கொண்டிருக்கும்.

கோமு அக்கா கல்யாணத்துக்கு ராமையா வாழ்த்து மடல் அச்சடிக்கப் போனபோது, பழனிமாமா ஒரு பன்னீர்ப்பூவை முகர்ந்து பார்த்துக்கொண்டேதான் பேசினார். படித்துப் பார்த்து விட்டு, 'நீயா எழுதினே?' என்று கேட்டார். 'நான் ஒரு கவிதைத் தொகுப்புப் போட்டிருக்கேன், தெரியுமா?' என்று கேட்டார். நான் இல்லை என்று தலையாட்டினேன். 'இங்கதான் செய்தோம்' என்று சொல்லிவிட்டு, அந்தப் பன்னீர்ப்பூவையே பார்த்துக் கொண்டு இருந்தார். 'கோமுகிட்டே இருக்குமே, பார்க்கலையா' என்றார். மறுபடியும் இப்போது பூவை முகர்ந்துகொண்டு அமைதியாக இருந்தார். ஒன்றை ஒன்று பிடித்திருக்கிற இரண்டு கைகள் இருக்குமே, அந்த ப்ளாக்கை வாழ்த்துமடலின் நடுவில் போடலாம் என்று சொன்னது பழனிமாமாதான்.

பழனிமாமா வீட்டு வாசலில் மூன்று கால் சைக்கிளை ஒரு குழந்தை வேகமாக உருட்டி வட்டமடித்துக் கொண்டிருந்தது. எவ்வளவு வேகமான வட்டம். எவ்வளவு வேகமான மிதிப்பு. அந்தக் குதூகலம், அதிகப் பிரயாசையின்றி வட்டங்களுக்குள் போய், வட்டங்களிலிருந்து விடுபட்டுக் கொண்டிருக்கிற அந்தக் குழந்தையின் முகத்துச் சந்தோஷம் எல்லாம் அந்த வாசல் முழுவதும் நகர்ந்து கொண்டிருந்தது.

பழனிமாமா பிள்ளைதானோ என்னவோ?

ஆற்றுக்குப் போயவிட்டு, இடுப்புக்குடத்தோடு வருபவர்கள் குத்துக்கல்லைத் தொட்டுக் கும்பிட்டுவிட்டு வந்து கொண்டிருந் தார்கள்.

ராமையா, மேலப்பாளையம் தெருவிலிருந்து திருமஞ்சன வீதிக்குள் திரும்பும்போது சைக்கிளைக் கொஞ்சம் நிறுத்த வேண்டும். கோமு அக்காவும் அதைத் தொட்டுக் கும்பிட்டுக் கொள்வாள். விளக்கு ஏற்றின எண்ணெய், குங்குமம் என்ன

வெல்லாமோ இருந்தும்கூட, அந்தக் குத்துக்கல்லை கோமு அக்கா கும்பிடுகிறவிதம் வேடிக்கையாக இருக்கும்.

‘நீங்க எல்லாம் ஒரு டீச்சர், உங்ககிட்ட படிக்கிறதுக்கும் பத்துப் பிள்ளைகள் வருது’ என்று ராமையா சிரிப்பான். கோமு அக்கா பதிலுக்குச் சிரித்துக்கொள்வாளே தவிர, வேறு ஒன்றும் சொல்ல மாட்டாள். ஒன்றும் சொல்லாமல் இருப்பது அவளுக்குச் சௌகரியமாகவே இருந்திருக்கிறது எப்போதும்.

அகஸ்தியர்பட்டியில் இருந்து பெண் கேட்டு வந்தவர்கள், அவர்களுடைய பையன், மில்லில் வேலை பார்ப்பதாகவும் பெண்ணை ஏற்கெனவே பார்த்திருப்பதாகவும் சொன்னார்கள். அவர்கள் போன பிறகு, கோமு அக்காவுடைய அப்பா நேரே அவளிடம் வந்து, ‘அவங்க சொல்லிவிட்டுப் போகிற சைஸைப் பார்த்தால், உனக்கும் அந்தப் பையனுக்கும் முன்னே பின்னே பழக்கம் உண்டா அப்போ?’ என்று கேட்டபோதும், கோமு அக்கா பதில் சொல்லாமல்தான் இருந்தாள். சிரித்தாளா என்று தெரியவில்லை.

இப்போது எல்லாவற்றுக்கும் சேர்த்து அழவைத்துவிட்டுப் போய்விட்டாள்; அதுவும் ஒன்றுக்கு இரண்டு பிள்ளைகளைப் பெற்றுப் போட்டுவிட்டு. மேலப்பாளையம்தெரு அப்படியேதான் இருந்தது. ராமையா மாதிரி வாடகைக்கு இருந்த ஆள்கள் மாறிப் போயிருக்கலாம். இந்த ஊரில் பிறந்து, இந்த ஊர் தாலுகா ஆபிசிலேயே வேலை பார்த்து ரிட்டயர் ஆகி, இந்த ஊர்ப் பூர்வீக வீட்டிலேயே இருக்கிற கோமு அக்காவின் அப்பா போன்றவர்கள் மாறுவது எங்கே உண்டு. பிள்ளையார்கோயில் சுவரில் ஏதோ புதிதாகப் படம் வரைந்திருந்தார்கள். மாவுமில் திரவியம் அண்ணாச்சி வெளியே புறப்படுவதற்குச் சகுனம் பார்த்துக்கொண்டு வாசலில் நின்றார். சண்முகம்பிள்ளை பலசரக்குக்கடையில் அவருடைய மகன் இருந்தான். இன்றைக்கு ஒரே ஒரு வித்யாசம், யாரும் தேங்காய்ச்சில் வாங்கிக்கொண்டு நிற்கவில்லை. தற்செயலாக எப்போது அந்தக் கடைப்பக்கம் திரும்பினாலும், பட்டறையில் இருந்து தேங்காயை உடைக்கிற கையும், தேங்காய் மூடியின் வெள்ளையும்தான் தெரியும்.

ராமையா பெட்டியோடு வரும்போது யாரும் குறுக்கே வரக்கூடாது என்று உத்தரவு போட்டதுமாதிரித் தெரு அமைதியாக இருந்தது. மேலப்பாளையம்தெரு இந்த அத்தத்திலிருந்து அந்த அத்தம்வரை ஒரு ஆள் இல்லாமல் இருக்க முடியும் என்பதை

நினைத்தே பார்க்க முடியவில்லை ராமையாவுக்கு. டிரவுசர் – சட்டையே போடாமல் அலைவானே அகஸ்தியன் என்கிற குச்சுவீட்டுப் பையன், அவன் இப்போது வரவேண்டும் என்று தோன்றியது. திலகர்புரம் கடைசல் பட்டறை பரமசிவன் வந்தால் எவ்வளவு நன்றாக இருக்கும். ஆறுமுகம் அண்ணாச்சி வீட்டு மதினி, தலைக்குச் சிக்கு எடுத்துக்கொண்டு வாசலில் இப்போது நிற்கலாம். தபால்காரருடைய சைக்கிளாவது குறுக்கே போகக் கூடாதா?

நடக்கும்போது, ராமையாவுக்கு அந்தத் தெருவின் புழுதிவாடை மட்டும் அப்படியே இருக்கிறமாதிரித் தெரிந்தது. தந்தி போஸ்ட்டில் ஒட்டியிருந்த கோயில் கொடை நோட்டீசு, அதில் அச்சடித்திருந்த சில்வர்டோன்ஸ் உமாபதி படம் எல்லாம் நான்கு வருடத்திற்குப் பிறகும் அப்படியே இருப்பது ஆச்சரியம்தான்.

கோமு அக்காவுக்கு, உமாபதி கச்சேரி கேட்க ரொம்ப ஆசை. கல்யாணம் வைத்தபிறகு அப்படியெல்லாம் கச்சேரி கேட்கப் போகக்கூடாது என்று கோமு அக்கா வீட்டில் 'கண்டிஷனா'கச் சொல்லிவிட்டார்கள். இத்தனைக்கும் அவள் தினசரி வேலைக்குப் போய்விட்டு வந்து கொண்டுதான் இருக்கிறாள். வேலைக்குப் போகிறது வேறு மாதிரியாம், இது வேறு மாதிரியாம்.

கோமு அக்கா இல்லாமல் போய்க் கச்சேரிகேட்க ராமையாவுக்கு இஷ்டமே இல்லை.

மறுநாள் காலையில் முடிவெட்டிக்கொள்ள, ராமையா, சலூனுக்குப் போகும்போது கோயில்கொடை நடந்த இடத்தைத் திரும்பிப் பார்த்தான். தரைக்கு நாலடி உயரத்தில் மரப்பலகை அடித்துக் கட்டின மேடையில் இரண்டு – மூன்று பேர் குப்புறப் படுத்துத் தூங்கிக்கொண்டு இருந்தார்கள். மேடைக்கு முன்னால் அடித்திருந்த ஆற்று மணலில் கோடாரம்குளத்து ஆள்கள் யாரோ உட்கார்ந்து 'தினத்தந்தி' படித்துக் கொண்டிருந்தார்கள். தென்னம் பாளையும், சவுக்கும், செவ்விளனியும் தொங்கின. இசக்கி அம்மன் கோயில் களையாக இருந்தது. நடந்து கொண்டிருக்கிறபோது அழகாக இருக்கிற எல்லாவற்றிற்கும், நடந்து முடிந்த பிறகும் கூடுதலாக ஒரு அழகு வந்து விடுகிறது என்று ராமையாவுக்குத் தோன்றியது. ஸ்கூல் டே முடிந்த பள்ளிக்கூடம், பொருட்காட்சி முடிந்த மைதானம், தேரோட்டம் முடிந்த கீழரதவீதி எல்லாம் ராமையாவுக்கு ஞாபகம் வந்தன,

கோமு அக்காவின் கல்யாணம் பாபநாசம் கோயிலில் வைத்துத்தான் நடந்தது என்றாலும், கோமு அக்கா வீட்டை

மறுநாள் பார்க்கும்போது ஒரு கல்யாணவீட்டுக் களை இருக்கத்தான் செய்தது.

கல்யாணத்துக்கு மறுநாள், எழுந்திருந்த உடனே, ராமையாவுக்குக் கோமு அக்காவையும், கோமு அக்கா மாப்பிள்ளையையும் பார்க்க வேண்டும் என்றிருந்தது. முதல் தடவை போகும்போது, 'காப்பி குடிக்கியா ராமையா'? என்று கோமு அக்காவின் அம்மா கேட்டார்கள். கோமு அக்காவின் தலையே தெரியவில்லை.

மறுபடியும் ஒரு மணி நேரம் கழித்துப் பேப்பர் படிக்கிற மாதிரி கோமு அக்கா வீட்டுக்கு ராமையா போனான். கோமு அக்கா வீட்டில் பேப்பர் வாங்குகிற வழக்கமெல்லாம் கிடையாது. கல்யாணத்துக்கு வந்த யாராவது வாங்கி இருக்கலாம். நார்க் கட்டிலின் மேல் கிடந்தது.

இந்தத் தடவையும் கோமு அக்கா கண்ணில் தட்டுப்படவே இல்லை. பெண்ணும் மாப்பிள்ளையும் எங்கே இருக்கிறார்கள் என்று ராமையாவுக்கு விசாரிக்கவும் முடியவில்லை. திரும்பவும் வீட்டுக்கு வந்துவிட்டான். சைக்கிள் வேறு இல்லை. யாரோ எடுத்துக்கொண்டு போயிருந்தார்கள். வெளியே போகவும் தோன் றாமல், கட்டை மேலே இருந்து, 'யவனராணி' புத்தகத்தை எடுத்துப் பார்த்தான். எத்தனை தடவைதான் அதைப் படிக்க முடியும்?

ராமையாவினுடைய அம்மா, இப்படி மூன்று – நான்கு புத்தகங் களைத் திரும்பத் திரும்பப் படிக்கிறதற்கு என்றே வைத்திருக்கிறாள். 'உன் கண்ணில் நீர் வழிந்தால்', 'பொன்விலங்கு', 'ஆலவாய் அழகன்' எல்லாவற்றையும் ராமையாவின் அம்மா பைண்டு பண்ணி வைத்திருக்கிறாள். அப்படி வைத்திருக்கிற புத்தகங்களில், ராமை யாவுக்கு, இதயன் எழுதிய 'நடைபாதை' மாத்திரம் பிடிக்கும். பம்பரம் விடுகிற மாதிரி கோபுலு வரைந்த ஒரு படம் அதில் இருக்கும். அது ரொம்பப் பிடிக்கும்.

ராமையாவுக்கு அந்தப் படத்தை உடனே பார்த்தே ஆக வேண்டும் போல இருந்தது. அப்போதுதான் கோமு அக்கா வீட்டுக்குள் வந்து, 'தலைவலி மாத்திரை ஏதாவது இருக்கா, ராமையா' என்று கேட்டாள். கோமு அக்கா குளித்திருந்தாள். இந்த சேலையைக் கோமு அக்கா இதற்குமுன் கட்டியதில்லை. கோமு அக்கா இதற்கு முன் இவ்வளவு மஞ்சள் பூசியிருந்தது இல்லை. கோமு அக்காவின் கொறுவாய்ப்பல் இவ்வளவு அழகாக இருந்தது இல்லை.

'வாங்கிட்டு வந்து தாரேன்.' ராமையா சொல்வதற்குள் கோமு அக்காவை யாரோ கூப்பிட்டுவிட்டார்கள். ராமையா சட்டையைப் போடும்போது, கோமு அக்கா பதிலே சொல்லாமல் சரசர வென்று சேலை தடுக்க நடந்து போய்க் கொண்டிருந்தாள். மஞ்சள் வாசனைமாதிரி ஒரு வாசனை அந்த இடத்தில் தங்கி விட்டது போல இருந்தது.

●

சாரல் எப்போது நின்றது என்று தெரியவில்லை.

ராமையா, நடந்துகொண்டே அந்த வாசனையை மீண்டும் ஞாபகப்படுத்திப் பார்த்தான். அந்தச் சேலை நிறமும் சரசரப்பும் கூட ஞாபகம் வந்தது. வாசனை வரவில்லை என்பதில் ராமை யாவுக்குப் பெருத்த துக்கம் உண்டாயிற்று. இந்தத் துக்கத்துடன் கோமு அக்கா வீட்டில் போய் நிற்பதற்குள் அழுதுவிடுவோம் என்றுதான் தோன்றிற்று. பெட்டியைக் கையில் வைத்துக்கொண்டு ராமையா, தான் முன்பு வாடகைக்கு இருந்து காலிசெய்துவிட்டுப் போன வீட்டைப் பார்த்தான்.

சட்டென்று வேறு வீடு ஆகிவிட்டிருந்தது அது. முன் பக்கத்தை இடித்துக் கட்டியிருந்தார்கள். ஒரு டி.வி.எஸ்.50 நின்றது. கன்றுக் குட்டி ஒன்றைக் குளிப்பாட்டி ஜன்னல் கம்பியில் கட்டியிருக்க, ராமையா பார்க்கும்போது, அந்தக் கன்றுக்குட்டி சடசடவென்று ஈரத்தை உதறிக்கொண்டது.

கோமு அக்கா வீட்டில் யாரும் இல்லை.

ஒரு பழைய சுளகில், துண்டுதுண்டாக, வெந்த கத்தரிக்காயை வெயிலில் காய வைத்திருந்தார்கள். கருநீலமாக வதங்கி விதைகள் குடல் குடலாகத் தெரிந்த கத்தரிக்காய் அப்படிச் சுளகில் காய்ந்து கொண்டு கிடப்பதும், யாருமே இல்லாமல், துவைத்துப் போட்ட உருப்படிகள் கம்பிக்கொடியில் அசைந்துகொண்டிருக்க, வீடு கடைசிவரை திறந்து கிடப்பதும், வீட்டுக் கடைசியில் நிற்கிற கனகாம்பரச்செடி இன்னும் அப்படியே புதராக இருப்பதும், அந்தக் கனகாம்பரச்செடிக்குப் பக்கத்தில் உள்ள இரும்புவாளியின் விளிம்பில் ஒரு காக்கை உட்கார்ந்து கொண்டு சத்தம் போடுவதும் ராமையாவுக்கு ஒருவித நடுக்கத்தைக் கொடுத்தன. அடி பைப் பழுதாகிவிட்டதோ என்னவோ, ஒரு முழுச் சாக்கைப்போட்டு மூடி, கைப்பிடியையும் கயிற்றால் கட்டி வைத்திருந்தார்கள். கோமு அக்கா இல்லாவிட்டாலும் அது கோமு அக்கா வீடுதானே.

ராமையாவுக்கு, 'அக்கா' என்றுதான் கூப்பிடத் தோன்றிற்று. இதுவரை, 'கோமு அக்கா' என்று ஒரு தடவையாவது இப்படி வீட்டுவாசலில் நின்று அவன் அவளைக் கூப்பிட்டதே இல்லை என்பதை யோசித்துப் பார்க்கப் பார்க்க, ராமையாவுக்கு அதை நம்பவே முடியவில்லை.

வாசலில் அடித்துக்கொண்டிருக்கிற வெயில் பூராவும் ஒரு உருவம்போலத் திரண்டு வந்து அவன் தோளில் கைவைத்து, 'கோமு அக்கா' என்று கூப்பிடச்சொல்வது போல இருந்தது.

'கோமு அக்கா.' முதல் தடவையைவிட இரண்டாம் தடவை உரக்கக் கூப்பிடும்போது, உள்ளே தொங்கிக் கொண்டிருந்த தொட்டில் அசைந்து, கைப்பிள்ளை அழுகை கேட்க ஆரம்பித்தது. அழுகிற குரல் கனத்துக்கொண்டு வீறிட்டு வெளியே வந்து, வெயிலுடன் உடனடியாகக் கலந்து பளீர் என்று நிரம்பியது.

மேற்கொண்டு கூப்பிட முடியாமல், இரண்டடி முன்னால் நகர்ந்து, ராமையா, வாசல் பக்கம் போனபோது, கோமு அக்கா வீட்டு வாசலில் ஒட்டப்பட்டிருந்த கண்ணீர் அஞ்சலி என்ற பெரிய நோட்டீசும் வெளிறினது போன்று கண்ணில் பட்டது.

கோமு அக்காவின் புகைப்படத்துடன் பெரிய கருப்பு எழுத்துகளில் அச்சடிக்கப்பட்டிருந்த அதில், கோமு அக்கா வேலைபார்த்த பள்ளி மாணவ மாணவிகள் இரங்கல் தெரிவிக்கிற வரிகள் இருந்தன.

கீழே வலது ஓரத்தில், அச்சகத்தின் பெயர் இருக்கிற இடத்தில் பழனி என்று மட்டும் இருந்தது.

தன்னுடைய பெயரையும் அச்சடிக்கப் போதுமான இடம் அதில் இருப்பதாக ராமையாவுக்குத் தோன்றிற்று.

- 'இதயம் பேசுகிறது' நவம்பர் 16

சூரியநமஸ்காரம்

பன்னிரெண்டு வருஷத்திற்கு முன்பு மண்ணெண்ணெய் டின் மூடியைத் திறந்து தலையில் ஊற்றிக்கொள்ளப் போராடிக் கொண்டே, 'இந்த ஆளை நம்பாதீங்கடி. உன்னையும் தம்பியையும் நடுதெருவுல விட்டுட்டு அந்த அடிச்சடியா பின்னால இவன் போகத்தான் போறான். அம்மா இல்லாத அனாதையா, தெருத் தெருவா நீங்க ரெண்டு பேரும் பிச்சை எடுக்கத்தான் போறீங்க. இந்தச் சண்டாளன் அப்பவும் கல்லு மாதிரித்தான் இருக்கப் போறான்.'—

என்று உரத்தகுரலில் என்னைக் காட்டி ஆவுடையம்மை சத்தம் போடும்போது எல்லோருமே அழுதுகொண்டுதான் இருந்தோம்.

யூனிபாரத்தைக்கூடக் கழற்றாமல் தெய்வு அழுது கொண்டி ருந்தாள். பத்துப் பதினோரு வயதின் மாசுமருவே அற்ற அந்த முகத்தில் கண்கள் மிதந்து திக்குத்திசை தெரியாமல் கலங்கிக் கொண்டு இருந்தன. என்ன நடக்கிறது என்று தெரியாமல் அம்மாவின் மடியில் ஒண்டிக் கொள்ளப் போவதுபோல காந்தி உட்கார்ந்து கொண்டிருந்தான். இரண்டு பேருக்கும் கால் பரீட்சை வேறு துவங்கிவிட்டிருந்தது.

'பசிக்கலையா தெய்வு, தம்பியும் நீயும் சாப்பிடலையா?' நான் தெய்வுவைப் பக்கத்தில் இழுத்துச் சேர்த்துக் கொண்டேன். தெய்வுக்குட்டியின் தலை, எண்ணெய்ப் பசையே இல்லாமல் வறண்டு இருந்தது. மூன்று நாள்களாக யார் தலைபின்னி விடுகிறார்கள், யார் சமையல் பண்ணுகிறார்கள் என்று ஒன்றுமே தெரியவில்லை.

'இப்படிப் பசப்பிப்பசப்பிப் பாசாங்கு பண்ணித்தானே என்னை ஏமாத்துனீரு. இனிமே இந்த ரெண்டையும் ஏமாத்துறதுக்கு உமக்குச் சொல்லியா கொடுக்கணும்?'. ஆவுடையம்மை மறுபடியும் சத்தம் போட்டாள்.

அம்மா இப்படிச் சத்தம்போடுவது அக்கம்பக்கம் கேட்டு விடக்கூடாது என்று ஒவ்வொரு தடவையும் ஜன்னல் கதவையும் பின்கட்டுக்கதவையும் சாத்திவிட்டு வருகிற தெய்வுக்குட்டியைப் பார்த்ததும், இந்தச் சின்னப் பிள்ளைக்கு இதையெல்லாம் யார் சொல்லிக் கொடுத்தது என்று எனக்குக் கண் கலங்கிற்று.

நேற்று ராத்திரி என்னவென்றால், தம்பியுடைய யூனிபாரத்தையும் தன்னுடைய துணியையும் குழாயடியில் உட்கார்ந்து துவைத்துக் கொண்டிருந்தது. ஒன்பதரை– பத்துமணிக்கு ஒரு வௌவால் மாதிரித் தரையோடு தரையாக உட்கார்ந்துகொண்டு அவள் சோப்புப் போடுவதைப் பார்க்க அடிவயிறு பிசைந்தது.

'நான் துவைச்சுப் போடுதேன், நீ போ குட்டி' என்று குழாயை நிறுத்தியபோது, எழுந்திருந்துகொண்டே, 'அம்மா தூங்கிட்டாங்களாப்பா!' என்று கேட்டதும் நான் தெய்வுவின் கைகளைப் பிடித்துக்கொண்டேன். தண்ணீருக்குள் இருந்ததால் வெளிறிக் குளிர்ந்திருந்த பிஞ்சு உள்ளங்கைகள்; சோப்புக் காரம் வேறு, ஒருமாதிரியான மிருதுவை உண்டாக்கிவிட்டிருந்தது.

அந்தக் கையைப் பிடித்த நேரம், கடைசிச் சொட்டுகளாக பிளாஸ்டிக் வாளியில் விழுந்து தெறித்துக்கொண்டிருந்த சப்தத்தின் துல்லியம் எல்லாம், நான் அதிகம் நம்பிக்கைவைக்காத கடவுள்களை எல்லாம்விட மேலான உறுதியைத் தந்தது.

'.... இது நகரும் மேகம். இன்று அல்லது இன்னும் சில தினங்களில் எல்லாம் சரியாகிவிடும். நான் அதே அலுவலகத் திற்குத்தான் போவேன். அந்தப் பெண்ணும் அங்கேதான் வேலை பார்க்கும். ஆற்றங்கரையில் அதே படித்துறையில்தான் இறங்கிக் குளிப்பேன். சந்தையில் காய்கறி வாங்கும்போது அதே கடையில் தான் முட்டைக்கோஸ் வாங்குவேன். அதே சலூனில் முடிவெட்டிக் கொண்டு வரும்போது, அதே பாரிஜாதம் கம்பெனி பஸ் காரையாறு போகும். மேட்னி ஷோ விட்டு வெளிவரும் நேரம் அதே மழை வர எல்லோரும் சிதறி ஓடுவதைப் பார்த்தபடி, என் அலுவலகப் பை நனைய, நானும் மீண்டும் நனைந்துகொண்டு போவேன். மூப்பனார் ரைஸ் மில்லின் முன்னால் குட்டியானையைப் பார்த்ததாக, வீட்டுக்குள் நுழைந்ததும் காந்தி சொல்வான். 'ஐயா

நடையேறித்தான் வீட்டுக்குள்ளே வரட்டுமே. வாரதுக்கு முந்தியே வாசலிலே பந்தி பரிமாறி ஆகுது'. ஆவுடையம்மை தெய்வுக்குத் தலைபின்னிக்கொண்டே, தன்னுடைய உச்சந்தலையில் சீப்பைச் செருகிக்கொள்வாள். மின்விசிறிக் காற்றில், பக்கத்தில் வைத்திருக்கிற ரிப்பனும் மஞ்சள் கனகாம்பரப்பூவும் அலைந்துகொண்டே இருக்கும்...'

மறந்துபோக வேண்டியவை எல்லாம் மறந்துபோகும்படியும் ஞாபகத்தில் இருக்க வேண்டியவை மட்டும் ஞாபகத்தில் இருக்கும் படியாகவும்தானே எல்லாம் இருக்கின்றன. வேண்டாத இடத்தில் இதுவரை எந்த வெளிச்சமாவது விழுந்திருக்குமா? போதுமான இருட்டைப் பத்திரப்படுத்தி வைக்கப்போய்த்தானே, வெளுத்து வைத்த உருப்படிகள்மாதிரி, ஒவ்வொரு தினத்தையும் பளிச்சென்று அணிந்துகொள்ள முடிகிறது.

இந்தப் பன்னிரெண்டு வருடங்களில் அந்த ஊரிலிருந்து அடுத்தடுத்து மூன்று – நான்கு ஊர்கள் போயாயிற்று. அந்தப் பெண்ணுக்கும் கல்யாணம் ஆகிவிட்டது. மாப்பிள்ளை வேலை பார்க்கிற ஊருக்கு மாற்றல் ஆகிப்போய்விட்ட விவரத்தை ஒரு தடவை ஆவுடையம்மையிடம் சொன்னபோது, 'ஏன், போய் திருநீறு பூசி, ரயில் ஏத்திவிட்டுட்டு வரவேண்டியதுதானே' என்றாள். அப்புறம் இடையில் இரண்டு – மூன்று வருஷம் கழித்து ஒரு விடியற்காலம், 'எங்க அம்மை சொப்பனத்தில் வந்தா. நம்பாதே, நம்பாதேண்ணு சொல்லிக் கையைக் கையை என்னைப் பார்த்து ஆட்டிக்கிட்டே கோயில்மாதிரி இருக்கு, அதுக்குள்ளே போயிட்டா. எங்க அம்மை சொன்னா சரியா இருக்கும். நீங்க அவளைப் போய்ப் பார்த்துட்டு வந்துகிட்டுதானே இருக்கீங்க. அந்த நாயி உங்களுக்கு லெட்டர் கிட்டர் போட்டுதுண்ணு தெரிஞ்சுது, வாரியல் பூசைதான் கிடைக்கும்.' ஆவுடையம்மை பல்லைக் கடித்தாள். மூசுமூசென்று இரைத்தது. அடிக்கடி தண்ணீர் குடித்தாள். விரல்களில், கடித்துத் துப்ப நகங்களே மிச்சமில்லை.

இந்தப் பேச்சுச்சத்தம் கேட்டோ என்னவோ, ப்ளஸ் டூவுக்குப் படித்துக்கொண்டிருந்த தெய்வு, விசிறிக்குக் கீழே நேராகப் படுக்கையை எல்லாம் விரித்து அம்மாவுக்குத் தயார்செய்துவிட்டு, என்னுடைய அறைக்கு வந்து, 'தூக்கமாத்திரை இருக்கா, வாங்கணு மாப்பா?' என்றாள்.

டிக்ஷனரி அட்டைக்குள் ஒளித்துவைத்திருந்த மாத்திரைப் பட்டியை எடுத்துக்கொடுத்தபோது, 'அம்மாவுக்கு நான் கொடுத் திடுரேம்ப்பா' என்று சொன்னாள்.

பால் கொதிக்கிற வாசனை வந்தது. விளக்கணைக்கிற பித்தான் சத்தம் கேட்டது. நான் ஹாலுக்கு வந்து பார்க்கும்போது, ஆவுடையம்மை ஒருச்சாய்ந்து தூங்கிக்கொண்டிருந்தாள். அலாரம் கடிகாரத்துக்குச் சாவி கொடுத்துக்கொண்டிருந்த தெய்வு என்னை ஏறிட்டுப் பார்த்து, 'தம்பியைப் பாருங்க. உங்களை மாதிரியே படுத்துத் தூங்குதான்' என்று சிரித்தாள். அந்தச் சிரிப்பு எனக்கு ரொம்பத் தேவையாக இருந்தது.

காந்தி நேராகக் காலைநீட்டி, நெஞ்சின்மேல் இரண்டு கைகளையும் வைத்துக்கொண்டு தூங்கிக்கொண்டிருந்தான். சின்னவயதில் குண்டாக இருந்த கன்னம் வற்றி, முகம் நீளமாகத் தெரிந்தது. ஆவுடை மாதிரி இப்போது மாறிக்கொண்டே வருகிறான் ஜாடையில்.

பன்னிரெண்டு வயதில் அம்மா மாதிரி இருந்தவன், இப்போது பதினெட்டு வயதில் மறுபடியும் என்னை மாதிரி இருக்கிறதாகச் சொல்கிறார்கள்.

'எல்லோரும் மோதிரத்தில் இனிஷியலைப் போடுவாங்க, இவன் முன் பல்லு ரெண்டுலேயும் அல்லவா போட்டுக்கிட்டு இருக்கான்; அப்படியே அப்பன் பல்லுல்ல இருக்கு.' காந்தியின் தோளின் மேல் கையைப் போட்டுக் கொண்டு பாலு சொன்னான். பாலுவால்தான் இப்படி எல்லாம் சொல்ல முடியும்.

பாலு இதைமாத்திரமா சொல்லி இருக்கிறான்?

ஆவுடையம்மை என்னைக் கூண்டிலே ஏற்றாத குறையாக என்னவெல்லாம் இந்தப் பத்துப் பன்னிரெண்டு வருஷத்தில் கேட்டிருப்பாளோ, அதற்குப் பூராவும் அவன்தான் பதில் சொல்லியிருக்கிறான்.

'உங்களை மாதிரித்தானே இருப்பாங்க உங்க சேக்காளியும்' என்று இரண்டு பேரையும் சேர்த்து ஒன்றாகக் குப்புறத்தள்ளுகிற ஆவுடையைப் பார்த்து-

'மதினி, என்னை என்ன வேணும்னாலும் சொல்லுங்க, சரி. நான் என்னை யோக்கியன்னு சொல்லலை. ஆனால் அவன் அப்படியா?' என்று ஆரம்பித்து, நிறையச் சொல்லியிருக்கிறான். அவளை மாத்திரமல்ல, தெய்வையும் காந்தியையும் வெளியே கூட்டிக்கொண்டு போயிருக்கிறான். எங்கள் நான்கு பேரையும் ஒன்றாக உட்காரவைத்துப் படம் எடுக்கவேண்டும் என்பதற்காக ஒரு முழுச்சுருளையும் காலியாக்கினான். நான், ஆவுடை, தெய்வு,

காந்தி இருக்கிற ஒரு புகைப்படத்தைப் பெரிதாக்கி எடுத்துக் கொண்டு வந்து எங்கள் முன்னால் நீட்டி–

'நான், எங்க வீட்டுப் பரதேவதை, குட்டித்தேவதை எல்லாத்தையும் உட்கார்த்திவச்சு ஸ்டூடியோவிலே, வீட்டில, காட்டில எல்லாம் எடுத்துப் பார்க்கேன். மதினி குடும்பம் மாதிரி அமைய மாட்டேங்கே ஒரு படம்கூட' என்று போட்டோவை ஒரு சுண்டு சுண்டுவான்.

ஆவுடைக்குச் சந்தோஷமாகத்தான் இருக்கும். ஆனால் 'நீங்கதான் மெச்சிக்கிடணும்' என்பாள்.

தெய்வுமட்டும் இருக்கிற ஒரு படத்தை இடதுகையில் வைத்துக்கொண்டு வெளிச்சம் படுகிறமாதிரி நீட்டினபடி, 'க்ரேட் – மருமகளே' என்று சொல்வான். புகைப்படத்தில் தெய்வு பாவாடை தழைய நாற்காலியில் உட்கார்ந்திருப்பதைப் பார்க்கும் போது எனக்கும் அப்படித்தான் தோன்றும்.

தெய்வு நாற்காலியில் உட்கார்ந்திருக்கிற ஒவ்வொரு முறையும் அப்படித்தான் இருக்கிறது.

இந்த நாற்காலியில் மட்டுமல்ல, ஸ்டுடியோ நாற்காலியில் யாராவது அழகாக இருக்க முடியுமா? அதுவும் +2 எழுதுகிற மூன்று சிநேகிதிகள் உட்கார்ந்து, மூன்று சிநேகிதிகள் நிற்கிற படத்தில் இருக்க முடியுமா. அவள் இருந்தாள். கல்லூரி ஆண்டு விழாவில், முத்தமிழ்விழா மேடையில், நான்கு பேச்சாளர்களில் ஒருவராக உட்கார்ந்திருக்கும்போதும் நன்றாக இருந்திருக்கிறாள்.

●

இதோ, வீட்டுக்குள் இன்றைக்கு நான் நுழையும்போது, ஜன்னல் ஓரத்தில் நாற்காலியை இழுத்துப் போட்டுக்கொண்டு, அவளுடைய சட்டையின் பகுதிகளைச் சில இடங்களில் பிரித்துவிட்டுக் கொண்டிருந்தாள். பக்கத்தில் ஒலிநாடா ஓடிக்கொண்டிருந்தது. ஒரு பாடல் போல, தெய்வு அமர்ந்து கொண்டிருப்பதை உணர முடிந்தது. ஜன்னல் வெயில் எப்போதுமா இவ்வளவு நிதானமாக விழுகின்றது.

நான் படியேறிக்கொண்டு வரும்போது ஏற்பட்டது வெறும் என்னுடைய நாற்பத்தி எட்டு வயதுப் படபடப்பு மட்டுமா.

'இந்த ஆள நம்பாதீங்கடி' என்று ஆவுடையம்மையின் குரல் இன்றைக்கு மறுபடி கேட்குமோ. ஆவுடையம்மைக்குப் பதிலாக

தெய்வுவே, 'உங்களை நம்பமுடியாதுப்பா இனிமேல்' என்று தலைக்கு மேலே கையை உயர்த்திக் கும்பிட்டு விடுவாளோ. 'புத்தி ஏம்ப்பா இப்படிப் போகுது' என்று காந்தி, முகம் பார்த்துச் சொல்வானோ.

இத்தனை வருஷங்களுக்குப் பிறகு எங்கிருந்து வந்து சேர்ந்தாள் அவள்? நான் இறங்குகிற மின்சார ரயில்வண்டியும், அவள் ஏறவேண்டிய மின்சார ரயில் வண்டியும் எப்படி ஒன்றாக அமைந்துவிட்டது இன்று. சினிமாக்களில்தானே இப்படி எல்லாம் நடக்கும். வாழ்க்கையில் அதற்குச் சாத்தியம் உண்டானது எப்படி?

இடைப்பட்ட காலம் திருத்தி எழுதியிருக்கிற அவளைப் பார்த்து, அவளின் குழந்தைகளைப்பற்றி விசாரித்து, ஏதோ கல்யாணத்திற்காக அளவுக்கு அதிகமாக அவள் வாங்கிக் கொண்டு வருகிற துணிமணிப்பைகளில் இரண்டை நான் வாங்கிக்கொண்டு, இந்த இரும்புப்படிகள் அத்தனையையும் ஏறி, இறங்கி நடந்து, அருகருகே நடந்த பழைய நாள்களுக்குள் இருவருமே திரும்பிப் போய், பூ வாங்கச் சொல்கிற, காய்கறி வாங்கச் சொல்கிற குரல்களின் நெரிசலை நூலாகப் பிடித்து மீண்டு கொண்டு இருக்கும்போது–

எங்களை மிக அருகாமையில் பார்த்து, சில வினாடிகள், கூட வருகிற அவள் முகத்தில் தயங்கி நகர்ந்துவிட்டு, எங்களையே பாராதது போல் தாண்டி எதிர்த்த வரிசையில் தெய்வு போய்க் கொண்டிருந்தாள்.

பிடிபட்டுக் கொண்டதுபோல ஒரு பயம் வந்ததே தவிர, 'இவள்தான் என் மகள்' என்று காட்டக்கூடத் தோன்றவில்லை. என்னைத் தாண்டும்போது, ஒருவருக்கொருவர் பெயர் சொல்லிப் பேசிக்கொண்டிருந்ததைத் தெய்வு கேட்டிருப்பாளோ. கேட்ட பெயரின் தீ உரசலில் பழையவை எல்லாம் பற்றி எரியுமோ. நான் வீடு சேரும் முன்பே என் சாம்பல் திரட்டப்பட்டிருக்குமோ.

இவ்வளவும் ஆளை முறுக்கிப் பிழிய எப்படி நடந்து, எப்படிப் படியேறினேன் தெரியவில்லை.

உலர்ந்த தொண்டையைக் கிழித்துக்கொண்டு வருகிற ஒரு குரலில், நாற்காலியில் அமர்ந்து சட்டை பிரிக்கிற தெய்வுவைப் பார்த்துக் கேட்டேன்.

"அம்மா எங்கம்மா?" வேறு என்ன கேட்க முடியும். 'அம்மா விடம் சொல்லிவிட்டாயா' என்றா கேட்க முடியும்.

"அம்மா தூங்குதாங்க." தெய்வுக்குப் பின்னால் அந்த நேர்த்தியான சாயங்கால வெயில் அப்படியே இருந்தது. இன்னும் என் கால்களுக்குக் கீழே பூமி திடப்படவில்லை. நிற்க நிற்க நழுவிக்கொண்டிருந்தது. சுழலும் கோளத்தின் மீது பாதம் பதித்து நிற்கிற பிரயாசை.

"சும்மாதான் படுத்திருக்கிறாளா". நான் படுக்கையைறைப் பக்கம் போகிறேன். வழக்கம்போலக் கட்டிலில் படுக்காமல், கட்டிலின் அருகே கீழே, ஆவுடை ஒரு பக்கமாகச் சாய்ந்து படுத்திருக்கிறாள். படித்த பத்திரிகையும் கண்ணாடியும் அருகில் இருக்கிறது. அயர்ந்த தூக்கம்.

வருடிக் கொடுக்க வேண்டியது தெய்வுவின் தலையைத் தான்.

முன்பு, துவைத்துக் கொண்டிருந்த குளிர்ந்த உள்ளங்கைகளைப் பிடித்துக்கொண்டு நின்றது போல, மறுபடி தெய்வுவின் கைகளைத் தான் பிடித்துக் கொள்ளவேண்டும்.

ஆவுடையின் தூங்குகிற முகம் அமைதியாக இருந்தது.

ஒரு கண்ணாடிகூட உடையவில்லை.

பளிங்குத்தண்ணீரில் ஒரு சிலும்பல் தெறிப்பு இல்லை.

காலடியற்றுக் கிடக்கிறது ஆற்றங்கரை மணல்.

ஆவுடையின் முகத்தைப் பார்த்துக்கொண்டு, நடுங்குகிற விரல்களுடன் சிகையை வருடினேன். மீண்டும் வருடினபோது எனக்குக் கண்ணீர் உருளத் துவங்கிவிட்டது.

"காப்பி குடிக்கிறீங்களா அப்பா?" தெய்வுவினுடைய குரல், நாற்காலியிலிருந்து நகர்ந்து அடுக்களைக்குப் போனது.

திரும்பிப் பார்க்கும்போது, தெய்வு உட்கார்ந்திருந்த நாற்காலி மட்டும் இருந்தது. நாற்காலிக்குப் பின்னால் இருந்து சூரிய வெளிச்சம் முன்னிலும் பளீர் என்று இறங்கிக் கொண்டிருந்தது.

தலை சுற்றியதா சூரியன் சுற்றியதா என்ற சந்தேகம் எனக்கு வர ஆரம்பித்தபோது, இரண்டு கைகளையும் உயர்த்திக் கும்பிட ஆரம்பித்தேன்.

சூரியனைக் கும்பிடலாம் அல்லவா.

- 'குங்குமம்', மே 1996

மாறுதல்

ஒன்றும் மாறவில்லை.

எத்தனை வருஷத்திற்கு அப்புறம் வந்தாலும் அதே ஜன்னல், அதே சீப்பு, கண்ணாடிகூட அதேதானா அல்லது உடைந்தபிறகு அதேமாதிரி பத்தமடை சாய்பு கடையில் வாங்கி வைத்திருக் கிறார்களோ.

குனிந்து குனிந்து தலை சீவிக்கொண்டிருந்தேன்.

ஜன்னல் கம்பியில் மேலும் துரு ஏறியிருந்தது. ஜன்னலுக்கு வெளியே சித்தப்பா வீட்டுத் தோட்டம் தெரிந்தது. குப்பையும் கட்டடம் உடைத்த செங்கல் பொடியும், போன பொங்கலுக்கு உபயோகித்த அடுப்புக் கட்டியுமாகக் கிடந்தன. உபயோகம் இல்லாமல் போய்விட்ட உரலின் நடுக்குழியில் மழைத்தண்ணீர் நிரம்பிக் கிடந்தது. இரண்டு வேப்பங்கன்றுகள் மாத்திரம் உரலுக்கு அடியிலிருந்து முளைத்து வந்து சாய்வாக நின்றன. அடுப்புக் கட்டிமேல் செம்மண்ணும் சுண்ணாம்புக்கோடுகளும்; மேல் விளிம்பில் வைத்த சுண்ணாம்புச்சொட்டு, அதன் போக்கில் வழிந்துகொண்டு இறங்கியிருந்தது அழகாக இருந்தது.

தினகரி இந்தச் சுண்ணாம்புக்கோலத்தையும் செம்மண் காவியையும்விட்டு வெகுதூரம் போய்விடுவாள்; அடுத்த பொங்கலில் அவளும் அவள் கணவனும் வடக்கே எங்கோ ஒரு குடியிருப்பில் பொங்கலைக் கழிக்கலாம். கரும்பு இருக்காது. மஞ்சள்குலை இருக்காது. பனங்கிழங்கு இருக்காது. ஆசைக்கு ஒரு கோலம் வேண்டுமானால் வாசலில் இட்டுக்கொள்ளக்கூடும். கோலம்கூட

இப்போது புதிதாக இட வேண்டியதில்லை. அச்சடித்த கோலத் தகடுகளை வாங்கி ஒட்டினால் போயிற்று.

கண்ணாடி, பூதம் காட்டியது. அவ்வப்போது பார்க்கும்போது திருத்தமாக இருப்பதாகத் தோன்றுகிற முகம், விகாரமாக நெளிந்து போய்விட்டிருப்பது போலக் கண்ணாடியில் அலையடித்தது. மீசையில் பதுங்கியிருந்த நரைமுடிகள் எல்லாம் பளிச்சென்று முன்னால் வந்து முகத்தின் சாயலையே வேறுவிதமாகக் காட்டுவது போல இருந்தது.

‘ஊருக்குப் போன உடனேயே முகமே மாறிப்போகுதே? நூறு வாட்ஸ் பல்பு போட்ட மாதிரியில்லா இருக்கு. தாய்ப்பால் குடிச்சுட்டுத் தொட்டிலிலே தூங்குறதுமாதிரி முகத்திலே ஒரு பச்சைப்பிள்ளைக் களையில்லா வந்திருது’ என்று வெவ்வேறு விதமாக ஈஸ்வரி எத்தனையோ தடவை சொல்லியிருக்கிறாள். சொல்லிவிட்டு, ‘ஆனா அந்த முகம்தான் நல்லா இருக்கு. தலைப் பிள்ளைச் சூலி முகம் மாதிரி’ என்று என் கையை எடுத்துத் தன்கைக்குள் வைத்துக் கொள்வாள்.

தினகரியை உண்டாகியிருந்த சமயம் ஈஸ்வரியின் முகமும் ரொம்ப அழகாகவே இருந்தது.

சட்டென்று ஒரு ஞாபகம் வருகிறது.

நான் வெளிப்பக்கமாய் படியிலிருந்து இறங்கி வாசலுக்கு வந்து கொண்டிருக்கிறேன். மத்தியானம் மூன்றுமணி இருக்கலாம். முற்பகலின் சந்தடி எல்லாம் அடங்கி, அந்தத் தினமே ஓய்வு எடுக்கிறமாதிரி ரொம்ப அமைதியாக இருந்தது. நடமாட்டம் அற்ற வாசலில், வெயில், சிறுபிள்ளை போலத் தொட்டுப் பிடித்து விளையாடிக் கொண்டிருந்தது. மழைச்சி பிடித்துக் கருத்துக்கிடந்த ஓடுகளுக்கு மேல் ஒரு அணில் மட்டும் சத்தம் போட, தட்டானின் சிறகுகள் மினுமினுத்துத் திரும்பிக் கொண்டிருந்தன.

ஜன்னல் கம்பியில் கன்றுக்குட்டியைக் கட்டிப் போட்டிருந் தார்கள். பதினைந்து நாள்கூட ஆகாத அந்தக் கன்றுக்குட்டி மடங்கிப் படுத்துக்கிடக்க, வீட்டு நடையில் ஈஸ்வரி உட்கார முடியாமல் உட்கார்ந்திருந்தாள். தினகரி வயிற்றில் இருந்த சமயம்; ஐந்து மாதமோ ஆறு மாதமோ இருக்கும். ஈஸ்வரியினுடைய கையைப் பிடித்துக்கொண்டு, பிச்சம்மா குத்தவைத்துத் தரையில் உட்கார்ந்திருந்தாள். பக்கத்தில் சலவைக்கு எடுத்துக்கொண்டு போகிற அழுக்கு மூட்டையும், ஒரு பித்தளை போஜனச்சட்டியில் வாங்கி வைத்திருந்த சோறும் தொடுகறியும் இருந்தன.

பிச்சம்மா அழுதுகொண்டிருந்தாள்.

நான் வருகிறதைப் பார்த்ததும் மரியாதைக்கு எழுந்திருந்த அவளுடைய வயிறும் மேடிட்டிருந்தது. வெள்ளையில் கருப்புப் பூப்போட்ட சேலையை இன்னம் நன்றாக இழுத்து விட்டுக் கொண்டாள் வயிற்றில்.

'நீ உட்காரு சும்மா' என்று பிச்சம்மாவின் கையைப் பிடித்துக் கொண்டு ஈஸ்வரி சொல்லும்போது, அந்தக் கன்றுக்குட்டி என்னுடைய திசைப்பக்கம் திரும்பினவிதம் நேர்த்தியாக இருந்தது. ஒரு குறிப்பிட்ட கணத்தில், அந்தக் கன்றுக்குட்டி, ஈஸ்வரி, பிச்சம்மா எல்லோரும் என்னைப் பார்த்த சிறு பொழுதின் அபூர்வத்தை விவரிக்க இயலவில்லை இப்போது.

மேலே மேகம் நகர்ந்ததுவோ என்னவோ, பளீர் என்று விழுந்துகொண்டிருந்த வெயில் மங்கி மறுபடியும் வாசலில் வெயில் நிறைந்த நேரத்துக்குள், தன்னுடைய கண்ணைத் துடைத்துக் கொண்டே பிச்சம்மா அழுக்குமூட்டையும் சோற்றுப்பானையுமாகப் போனபோது, ஈஸ்வரியும் நடையிலிருந்து எழுந்து நின்று கொண்டிருந்தாள். கண்களைத் துடைக்கவில்லை. ஆனாலும், அவள் முகத்தில் அழுகையிருந்தது.

பிள்ளை உண்டாகியிருந்த உடம்பும், வெற்றிலைபோட்ட வாயும், அழுகையுமாக ஈஸ்வரி நின்றுகொண்டிருந்தாள். அவள் தலைக்குப் பின்னால் உள்ள கதவில் கருப்பு வட்டத்துக்குள் எழுதப்பட்டிருக்கிற வெள்ளை இலக்கம்போல், எந்தவித அதிகப்படி ஜீவனையும் தரமுடியாதவன் போல நான் அவள் பக்கத்தில் நின்று கொண்டிருந்தேன். நான் நடந்து வந்த சத்தத்தில் கன்றுக் குட்டி எழுந்துவிட்டதும், என்னை அறியாமல் அதை நான் தடவிக்கொடுத்ததும்தான் என்னால் முடிந்த காரியம்.

என்ன அழுகை, என்ன சந்தோஷம் என்று ஈஸ்வரியை எப்போதுமே கேட்டுத் தெரிந்துகொள்ள முடிவதில்லை. இரண் டிற்குமே அதனதன் நேரங்கள் தேவைப்படுகிறமாதிரி அப்படியே இருந்துவிடுவதே ஈஸ்வரியின் பழக்கமாக இருக்கிறது.

'பிச்சம்மாவைப் பாருங்க, பாவம்.. என் வயதுகூட இருக்காது. கல்யாணம் ஆகி, பிள்ளை உண்டாகி, புருஷன் பொண்டாட்டிக் குள்ளே ஏக அடிபிடி சண்டையுமாகி, இப்ப கடைசியில தள்ளியும் வச்சிட்டான் போல இருக்கு. அவளைப் பார்த்தால், நம்ம வீட்டுக்கு வெளுக்கிறவ மாதிரியா இருக்கு? சேலை உடுத்துகிற விதத்தையும் போகிற விதத்தையும் எல்லாம் பார்த்தால், ஏதோ

பள்ளிக்கூடத்துல டீச்சர் வேலைபார்க்கிறவங்க மாதிரித்தான் இருக்கு. காலையில பார்த்தாலும் சரி, சாயங்காலம் பார்த்தாலும் சரி ஒரு சிலும்பல் இருக்குமா தலைமுடியில? ஏழாங்கிளாஸோ எட்டாங்கிளாஸோ கல்லணைப் பள்ளிக்கூடத்தில்தான் படித் தாளாம். என்னால், அழாதே அழாதேன்னு வெறுமனே சொல்ல மட்டும் முடியலை... கையைப் பிடிச்சுக்கிட்டேன்.. கையைப் பிடிச்சதும் ரொம்ப அழுதா... வயிற்றோட வயிறா என் கையையும் சேர்த்து அமுக்கிக்கிட்டா. வெதுவெதுன்னு இப்பகூட என் உள்ளங் கையில் அந்தச் சூடு இருக்கு...' மறுநாள் அதிகாலை நாலரை மணிக்கோ ஐந்து மணிக்கோ முழித்து, படுக்கையில் படுத்துக் கொண்டே, தன் உள்ளங்கைகளை விரித்துவிரித்துத் திருப்பியபடி பேசுவாள்.

தானாகப் பேசுவதுமாதிரியும் இருக்கும், என்னிடம் சொல்வது மாதிரியும் இருக்கும். தொட்டில்வளையத்தில் உட்கார்ந்து தூங்கிக் கொண்டிருக்கிற குருவி கேட்கக்கூடும்; காலண்டரில் படமாக இருக்கிற மண்பானை செய்பவரும், நடுவில் சுழல்கிற சக்கரமும் கேட்கக் கூடும்; நீ கேட்டு என்ன ஆகப்போகிறது; நாங்கள் அன்றைக்குப் பேசிக் கொண்டிருக்கிறபோது நீ வந்ததும்தானே பிச்சம்மா எழுந்திருந்து போய்விட்டாள் என்கிறமாதிரியும் இருக்கும்.

அழுகைதான் இப்படி என்றால், சந்தோஷமும் அப்படித்தான். 'நல்ல பையானாகத் தெரியுதுல்ல' என்று ஈஸ்வரி சொல்லும்போது, நாங்கள் ரயிலில் போய்க் கொண்டிருந்தோம். கண்ணாடித்தடுப்பு களை இறக்கிவிட வேண்டிய அவசியம் இருக்கிற அளவுக்கு மழை அடித்துப் பெய்து கொண்டிருந்தது. முழுவதும் நனைந்து, வேறு நிறம் போலத் தெரிகிற கூட்ஸ் வண்டிகள் எதிர்த்துச் செல்லும், நிற்காத சிறு நிலையங்களின் கொடியசைப்புகளோடு அசைந்தசைந்து ஓடுகிற ரயில்பெட்டி ஒன்றில் இருந்துகொண்டு, தினகரிக்கு நாங்கள் பார்த்திருக்கிற பையனைப்பற்றிய பேச்சை அவள் ஆரம்பித்தது இப்படித்தான் இருந்தது.

அவள் ஆரம்பித்துவிட்டாள் என்று, நாம் தொடர்ந்து விடவும் முடியாது. மறுபடியும் கொஞ்சநேரம் மழையைப் பார்ப்பாள். தொங்கவிடப்பட்டிருக்கிற கால்களில் இருக்கும் செருப்புகளைக் கழற்றிவிட்டு, இருக்கிற இடத்திலேயே சம்மணம்போட்டு உட்கார்ந்து கொள்வாள்.

'எங்கெங்கோ எல்லாம் தேடினோம். முன்னேபின்னே தெரியாத இங்க வந்து கிடைக்கணும்னு இருக்கு பாருங்க?' என்று

தினகரிக்குப் பார்த்திருக்கிற பையனைப் பற்றியே மறுபடியும் சொல்வாள்.

இதோடு நிறுத்தியிருந்தால் ஈஸ்வரியை எல்லோரும் போலத் தானே என்று சொல்லிவிடலாம். 'இவளை உண்டாகியிருக்கிற சமயத்தில்தான் பழைய வீட்டு அத்தான் வீட்டு மரகதமும் உண்டாகியிருந்தா. அவ்வளவு ஏன், நம்ம பிச்சம்மாவுக்கும் எனக்கும் ஒரே சமயத்திலதானே!' என்று சொல்லி இரண்டு – மூன்று பேரை ஞாபகப்படுத்துவாள்.

அந்த ஞாபகத்துடன் நாம் இருக்கையில், தினகரி பிறந்த நர்சிங்ஹோமின் லேடி டாக்டர் பற்றி அவள் சொல்லத் துவங்குவாள். நான் அந்த மருத்துவமனையில் தொங்கவிடப் பட்டிருக்கிற சித்திரங்கள் – பைபிள் வாசகங்கள் என்று யோசிக்கையில், அங்கே இருக்கிறவர்களுக்கு தினசரி பசும்பால் கொண்டு வந்து ஊற்றுகிற திம்மராஜபுரத்துக் கிழவி – அவளுடைய பேச்சு என்று ஈஸ்வரி நகர்ந்திருப்பாள்.

சம்பவங்கள் எல்லாவற்றையும் மனிதர்களாகவே ஞாபகத்தில் பதிந்து வைத்துக்கொள்வதை ஈஸ்வரி யாரிடத்தில் கற்றுக் கொண்டாள் என்று தெரியவில்லை.

இதோ படுத்திருக்கிற அம்மாவிடமிருந்து நான் என்ன கற்றுக் கொண்டேன். சதா ஈரம் கசிகிற இந்த வீட்டுக் காரைச்சுவர்களில் இருந்து என்ன கற்றுக்கொள்ள முடிந்தது. தாத்தா காலத்திலிருந்து இந்த வீட்டின் ஜன்னல்கள் வழியாக நுழைந்து, சகல மூலைகளிலும் அடைந்து கிடக்கிற இருட்டைத் துடைப்பதற்குச் சதா முயன்று கொண்டிருக்கிற வெளிச்சம் எனக்கு என்ன கற்றுத் தந்தது. அரிசி டின்னில் இருந்து குதித்துக் கதவுக்குப் பின்னால் ஓடிப்போகிற சுண்டெலிக்கு, அந்தக் கதவின் நாதாங்கிக் குலுங்கல் கற்றுக் கொடுத்தது என்ன? திரும்பத்திரும்ப அடிக்கிற அந்தக் கடிகாரமும் பெண்டுலமும் என்ன சொல்லிக் கொடுத்தது.

கடிகாரம் மணியடித்தது, அம்மாவை உலுப்பியிருக்க வேண்டும். 'கடைக்குப் போயிட்டு வாரோம்னு உன் வீட்டுக்காரி எப்பமே போனா. தான் மட்டும் போகிறது காணாதுண்ணு கல்யாணம் ஆகப்போகிற இந்தப் பிள்ளையையும் அல்லவா வெய்யிலிலே இழுத்துக்கிட்டுப் போயிருக்கா. எப்ப வந்து, எல்லாரும் எப்ப சாப்பிட எப்போ ஏனம் கழுவ?' அம்மா, இரண்டாம் கட்டு நடையிலிருந்து தலையை லேசாக உயர்த்தி மணி பார்த்துக் கொண்டு சொன்னாள்.

நான் கடிகாரம் பக்கமாகப் போய், ஆச்சி – தாத்தா புகைப் படத்தையே பார்த்துக்கொண்டு நின்றேன்.

'மெத்தை – தலையணை ரெடிமேடு கடையில வாங்குகிறதுண்ணு இப்போ ஆகிப்போச்சு, வாங்கிவிட வேண்டியதுதானே. இவ்வளவு தூரம் வந்துவிட்டோம், இலவம்பஞ்சுக்கடையில் கடுக்கன்போட்ட தாத்தா ஒருத்தர் இருப்பாரே, அவரைப் பார்த்து இரண்டு வார்த்தை பேசிவிட்டு வந்திருதேன்; அவர் அடைச்சுக்கொடுத்த தலையாணி இன்னம் கிடக்குண்ணு அவர்கிட்ட போய்ப் பேசிவிட்டு வாறா நேத்து.' அம்மா என் பக்கமாகப் புரண்டு படுத்தபடி, ஈஸ்வரிபற்றிச் சொல்லும்போதே செருப்புச் சத்தம் கேட்கிற மாதிரி இருந்தது.

'வந்தாச்சு எல்லாரும்ணு நினைக்கேன்' என்று அம்மா எழுந்திருந்தாள். கொண்டையைப் போட்டுக்கொண்டாள்.

தெருவாசல் நடைப்பக்கம் இருந்து காலடிச் சத்தங்கள் கூடிக்கொண்டே வந்தன. செருப்புச் சத்தத்திற்குக் கொஞ்சமும் குறையாத பேச்சுச் சத்தம். ஈஸ்வரி யாரிடமோ பேசிக்கொண்டே வருகிறாள். தினகரியாக மட்டும் இராது, இன்னும் வேறு யாரோ.

'சின்னம்மை வீட்டுத் தங்கச்சி யாரும், இவங்ககூடக் கடைக்குப் போயிருக்கிறாங்களா?' நான் அம்மாவைப் பார்த்துக் கேட்டேன். 'இல்லையே, இவங்க ரெண்டுபேரும்தானே போனாங்க'. சாப்பிடு வதற்குத் தோதாக, தட்டு, டம்ளர், தண்ணீர்ச்செம்பு, உப்புமரவை எல்லாவற்றையும் எடுத்து வைத்துக்கொண்டே அம்மா சொன்னாள்.

நான் நடையைவிட்டு இறங்குகிற தெருப்பக்கம் பார்த்தேன். தெரு, வெயிலின் வெளிச்சத்தில் தவித்துக் கொண்டிருந்தது. தெருவின் வெளிச்சத்தில் இருந்து, வீட்டுக்குள் வருகிற பாதையின் வெளிச்சக் குறைவுக்குள் வருகிற வரை, வந்து கொண்டிருந்த இரண்டு – மூன்று உருவங்களுக்கு ஜாடை பிடிபடாமல், ஒருவருக்குள் ஒருவர் புகுந்து விலகிக்கொண்டிருப்பது போல இருந்தது.

முதல்ல தினகரி வந்து கொண்டிருந்தாள். கையிலும் தோள் பையிலும் வாங்கிக்கொண்டு வந்திருக்கிற சாமான்களின் கனம் இருந்தது. பின்னால் ஈஸ்வரியும், ஈஸ்வரி திரும்பித் திரும்பிப் பேசுவதற்குப் பதில் சொல்லியபடி இன்னொரு பெண்ணும் வந்து கொண்டிருந்தனர்.

"ஷாப்பிங் முடிஞ்சுதா" என்று தினகரியைக் கேட்கும்போது, வழக்கம்போலத் தலையை ஒதுக்கிக் கொண்டாளே தவிரச் சிரிக்கவில்லை.

“சுவரில் இடித்துவிடாமல் பார்த்து வா, மெதுவா” என்று ஈஸ்வரி சொல்லும்போது, பித்தளை அண்டாவும் பாத்திரங்களுமாக அந்தப் பெண் இடுப்பில் ஏந்திக் கொண்டு வந்து நடையில் வைத்தது.

“சொல்லச்சொல்ல உங்க அம்மை கேட்கவே மாட்டேண்ணு சொல்லிவிட்டாளே. உனக்கு என்ன சுமை, கடனா, பாவம்?” ஈஸ்வரி பேசினபடியே பாத்திரங்களை நகர்த்திவைத்தாள்.

“கொஞ்சம் தண்ணீர் கொண்டு வாம்மா”. அவள் மேலும் சொல்லவும் தினகரி உள்ளே போனாள்.

“உட்காரு, கொஞ்ச நேரம்” என்று ஈஸ்வரி சொன்னதும் அந்தப் பெண், வீட்டு நடைக்கும் ஜன்னலுக்கும் பக்கத்தில் உட்கார்ந்தது.

“சொல்லிக்கொடுத்தது மாதிரி உங்க அம்மை உட்கார்கிற அதே இடத்தில அல்லவா நீயும் உட்காருதே” என்று ஈஸ்வரி சிரித்தாள். சிரிப்பே வலித்தது மாதிரி முகத்தை இறுக்கி, என்னைப் பார்த்து, “யாரு தெரியுமா? நம்ம பிச்சம்மா மகள்” என்றாள்.

“பாத்திரக்கடையில் இருந்து பூதத்தான்முக்குப் பக்கம் வரும் போது பிச்சம்மாளையும் இவளையும் பார்த்துட்டேன். ரெண்டு பேரும் கருப்பன்துறைக்குத்தான் போயிக்கிட்டு இருந்தாங்க. சொல்லச்சொல்லக் கேட்கவே மாட்டேண்ணுட்டா. கூடப்போயி இறக்கி வச்சிட்டு வந்தால்தான் உண்டுன்னு மகளை அனுப்பி வச்சிட்டா... என்ன பண்ண?” ஈஸ்வரி சொல்லச்சொல்ல என் முகத்தைப் பார்க்காமல், அந்தப் பெண் சிரித்தபடி குனிந்து கொண்டது.

“கல்யாணம் ஆகிப் பிள்ளை இருக்காம்” என்ற குரல் வரும் போது, என்னை லேசாக நிமிர்ந்து பார்த்துவிட்டு மறுபடியும் குனிந்தது. மூக்குத்தி அந்த முகத்திற்கு நன்றாக இருந்தது.

கன்றுக்குட்டி, பிச்சம்மா, ஈஸ்வரி எல்லோரும் ஒரே சமயத்தில் திரும்பிப் பார்த்த அந்தப் பொழுது மறுபடியும் ஓடிற்று எனக்குள்.

“அப்படியேதான் இருக்கு, ஒண்ணுமே மாறலை” என்று சொல்லிக்கொண்டு நான் சிரித்தபோது, தினகரி, தண்ணீர்ச் செம்புடன் வந்து, டம்ளரில் ஊற்றி பிச்சம்மாளின் மகளிடம் கொடுத்தாள்.

பிச்சம்மாளின் மகள் அண்ணாந்து தண்ணீரைக் குடித்துக் கொண்டு இருக்கும்போது, அவளையே பார்த்துக் கொண்டிருந்த தினகரி என்னிடம் கேட்டாள்.

"ஒண்ணும் மாறலை, ஒண்ணும் மாறலைண்ணு எல்லாத்துக்கும் எப்படிப்பா உங்களுக்கு சந்தோஷப்பட முடியுது?"

கோபத்துடன் என்னிடம் இப்படிக் கேட்கும்போது, தினகரியின் கண்கள் ரொம்பவும் கலங்கி இருந்தன.

– 'தாமரை', பொங்கல் மலர் 1997

உயரப்பறத்தல்

வெளியே மழை பெய்கிறது போல.

கோடை மழை.

ஒவ்வொரு மழையும் ஒவ்வொரு காரியத்தைச் செய்யும். எல்லா மரங்களிலும் படிந்த தூசு கழுவும். பைத்தியம் பிடித்தது போல் மாறி மாறி அலைகிற மின்சார ரயில் வண்டிகளை நனைக்கும். வேப்பம்பூக்களை உதிர்த்து, வாசனையைச் சகல திசைகளிலும் அனுப்பும்.

வீட்டுக்குள்ளேகூட வேப்பம்பூ வாசனை அடித்தது.

தினகரியின் கையில் அந்தக் கூரியர் தபாலைக் கொடுத்த பையன் நனைந்திருந்தான். முதுகில் தொங்குகிற கனத்த பையுடன் மறுபடியும் மழையினூடே கிளம்பும்வரை வாசல் கதவை மூடாதிருந்தாள்.

ஜோ அனுப்பியிருந்தான்; ஜோ என்ற ஜோஸப் பெர்னாண்டஸ். தினகரியுடைய கல்யாணம் முடிந்து நாலைந்து மாதம் ஆனபிறகு இன்னும்கூட யாராவது இப்படித் திருமணவாழ்த்துகள் அனுப்பிக் கொண்டிருக்கிறார்கள். கல்லூரி முகவரிப் புத்தகத்தில் இருக்கிறவை அப்பா, அம்மா முகவரிகளே; மேற்பார்வை முகவரியிலிருந்து வேலை, கல்யாணம் என்று மாறியிருக்கத் தானே வேண்டும். ஜோவின் இந்தத் தபால்கூட அப்பா முகவரிக்குப் போய் திருப்பி அனுப்பப்பட்டு வந்திருக்கிறது.

அப்பாவின் கையெழுத்தில்லை. அப்பாவிடம் முகவரி கேட்டு கூரியர்க்காரர்களே எழுதியிருக்கவேண்டும். அப்பாவின் குரலில் அவளுடைய முகவரி சொல்லப்படுகிற கற்பனையில்கூட அவளுக்கு அழுகை வருகிறது. எதற்கெடுத்தாலும் இப்படி அழுகிறவளா தான் என்று தினகரிக்கே ஆச்சரியம்.

ஜோவின் கடிதத்தைப் படித்தாலும் அழுகைதான் வந்தது. ஜோ கோடு போட்ட தாளில் எழுதி இருந்தான். ஜோவின் கையெழுத்து வழக்கம்போல் மோசமாகவே இருந்தது. கையெழுத்து எப்படி இருந்தால் என்ன? ஜோ எப்போதும் சிரிக்கிறவன். மீசை வைக்காதவன். ஸ்டூடண்ட் சேர்மனாக இருந்தவன்.

அவன் விரும்பியபடியே மெர்ச்சண்ட் நேவியில் சேர்ந்து விட்டதாக எழுதியிருக்கிறான். அவனால் வர முடியவில்லை எனினும் அவனுடைய சார்பாக, திருமணம் செய்வதற்காக அவன் மோதிரம் மாற்றியிருக்கிறவள் கூடிய விரைவில் தினகரியையும் அவள் கணவர் சுரேஷையும் நேரில் வந்து சந்திப்பாள். அதற்குமுன் இந்தச் சிறு பரிசு என்று முடித்திருந்தான். அதற்கும் கீழ், 'பருத்திப்புடவை ராணிக்கு' என்று பெரிய எழுத்துகளில் இருந்தது. அது கல்லூரியின் முகவரிப் புத்தகத்தில் அச்சிட்டிருந்த வரிகள். 'பருத்திப்புடவையில் உலவும் ராணி. படிப்பிலும் நட்பிலும் பறக்கிற தேனீ' என்று அவள் புகைப் படத்தின் கீழ் இருக்கும்.

ஜோவின் கடிதத்துடன் அந்த முப்பரிமாணப் படமும் இருந்தது. அவன் கப்பலில் வேலை செய்வதால் படத்திலும் கடல் இருந்தது. கடலில் சென்றுகொண்டிருக்கிற அந்தக் காலத்துப் பாய்மரம். பாய்மரத்தில் மோதுகிற அலைகள். பாய்மரத்தையொட்டிப் பறக்கிறமாதிரி ஒரே ஒரு ஆலாப் பறவை.

வெவ்வேறு கோணங்களில், சிறு அசைவுகளில் அந்தப் படத்திற்கு மேலும் மேலும் உயிர் வந்து கொண்டிருந்தது. கடலின் நீலம் அற்புதமாகப் புரண்டது. இடம் மாறி மோதுகிற அலைகளின் நுனியில் நுரை சிதறியது. பாய்மரம் விம்மிவிம்மிக் கப்பல் குலுங்கியது. பாய்களை இழுத்துக் கட்டியிருக்கிற கயிறுகள் நாண்களைப் போலப் புடைத்தன. ஆலாப்பறவையின் வெள்ளைச்சிறகுகள் மடங்கி மடங்கி விரிந்தன.

மறுபடியும் ஜோவினுடைய கடிதத்தைப் படித்தாள்.

எல்லா வரிகளும் சரிதான். 'அதற்குமுன் இந்தச் சிறு பரிசு' என்று எழுதியிருப்பதுவரை ஒன்றுமில்லை. சந்தோஷமாகத்தான்

இருக்கிறது. உமா கடிதம், சித்ரா கடிதம், எட்வினா கடிதம் போல இதையும் சுரேஷிடம் காட்டலாம். சுரேஷ் எல்லாக் கடிதங்களையும் படிக்கிறதுண்டு. இங்கிலீஷ் மீடியத்தில் படிக்கிற எல்லாப் பெண்களின் கையெழுத்தும் ஒரேமாதிரி இருக்கிறது என்று ஒரு தடவை, எல்லோரும் நிறையச் சினிமா பார்க்கிறவர்கள் என்று ஒரு தடவை, 'உன் சிநேகிதிக்கும் நடிகர் அப்பாஸிற்கும் கல்யாணம் முடிவாகி விட்டதா' என்று கேலியுடன் ஒரு தடவை – இவ்வளவு தான் சுரேஷ் பேசினது அந்தக் கடிதங்கள் சம்பந்தமாக.

'பருத்திப்புடவை ராணிக்கு' என்று ஜோ எழுதியிருக்கிற இந்தக் கடிதத்தைக் காட்டலாமா, கூடாதா? சுரேஷ் இதை எப்படி எடுத்துக்கொள்ளக்கூடும், தெரியவில்லை.

தினகரி அந்த முப்பரிமாணப் படத்தை மீண்டும் பார்த்தாள். கடல் நீலம் இப்போது காணாமல் போயிருந்தது. ஹோ என்ற இரைச்சல் மட்டும் கேட்டது. அலைகள், பாய்மரக் கப்பலில் மோதுகிற சப்தம் வலுவடைந்து உலுக்கியது. பாய்மரம் ஒரு பயணத்தை ஞாபகப்படுத்துவதை விட்டு, ஒரு விபத்தைப் பற்றிய பயத்தை உண்டாக்கத் துவங்கியது. அலைகள் ஏறி எந்த நிமிடத்திலும் கப்பலுக்குள் குதித்துவிடும் என்று தோன்றிற்று. இழுத்துக் கட்டின கயிறுகள் தெறிக்க, பாய்மரங்கள் கிழிந்து சடசடப்பதன் மத்தியில் ஆலாப்பறவை பயந்து பயந்து விலகிப் போகிறது போல இருந்தது. அந்தப் படத்தில் இல்லாத சுறாமீன்கள் தலைதூக்கி வாய்பிளக்கத் துவங்கியிருந்தன.

ஜோ தேவையற்ற ஒரு சிக்கலை உண்டாக்கிவிட்டது போல இருந்தது. பக்கத்து டீப்பாயில், கடிதம், அந்தப் படம் எல்லா வற்றையும் வீசிவிட்டு வாசல்பக்கம் எழுந்து போய் நின்றாள்.

எந்த மாறுதலும் அற்றுத் தெரு இருந்தது. வேப்பமரத்தின் கீழ், நடமாடும் இஸ்திரி நிலையத்தில் தேய்த்துக்கொண்டிருக்கிற முகம் நிமிர்ந்து இவளைப் பார்த்துவிட்டுக் குனிந்து கொண்டது.

எஸ்.டி.டி. நிலையத்தில் இந்தப் பிற்பகலிலும் யாரோ தொலைபேசியில் பேசிக்கொண்டிருந்தார்கள். சிவப்பு பிளாஸ்டிக் தொட்டிகளில் பால்பைகள் நகர்ந்து கொண்டிருந்தன. உற்றுக் கேட்டால், கேபிள் டி.வி.யில் சினிமா ஓடிக்கொண்டிருக்கிறதன் தெளிவற்ற வசனம் அநேகமாக எல்லா வீடுகளிலிருந்தும் வந்து எரிச்சல் உண்டாக்கியது. மேல்நிலைத்தொட்டி நிரம்பி, ஒரு வளைந்த நீர்க்கம்பியாக எதிர்வரிசை வீடு ஒன்றில் விழுந்து கொண்டிருக்கிறது மட்டும் சற்று ஆறுதலாக இருந்தது. எந்த

ரூபத்தில் எங்கே பார்த்தாலும் தண்ணீர் தன் காரியத்தைச் செய்து விடுகிறது.

வீட்டுக்குள் திரும்பவும் வந்தாள்.

நேற்றுதான் அவள் அந்தப் படத்தை ஒட்டியிருந்தாள்.

சின்னக்குழந்தை கொடுக்கிற பூங்கொத்தை அந்தத் தாடிக்காரர் குனிந்து வாங்குகிறார். அல்லது அவர் கொடுக்கக் குழந்தை வாங்குகிறது. யார் கொடுத்து யார் வாங்கினாலும் பூங்கொத்து பூங்கொத்துதானே. அந்தச் சிறுகுழந்தையின் கண்களிலும் தாடிக்காரர் கண்களிலும் ஒரே கோட்டில் சந்தித்துக்கொள்கிற மகிழ்ச்சி இருந்தது. 'எவ்வளவு நிறையக் கொடுக்கிறீர்களோ, அவ்வளவு நிறையப் பெறுகிறீர்கள்' என்ற தலைப்பு மிக அழகாகப் பொருந்தியது.

இந்தப் படம் ஆங்கிலத் தினசரியிலும் வரும் என்று தெரிந்திருந்தால் லைப்ரரி புத்தகத்திலிருந்து தினகரி கிழித்திருக்க மாட்டாள். சுரேஷ் அலுவலக லைப்ரரி. இவள் கிழித்தது தெரியாமலே சுரேஷ் திருப்பிக் கொடுத்திருக்கக்கூடும்.

ஜோவினுடைய கடிதம், படம் இரண்டையும் அதுபோலத் தெரியாமல் ஒளித்து வைத்துவிட்டால் என்ன? ஆனால் இந்தப் படம் சுரேஷ் பார்க்கவேண்டிய அளவுக்கு நன்றாக இருக்கிறது. அந்தப் பறவை இப்படி சதா பறக்க வேண்டுமா? பாய்மரங்கள் ஒன்றில் ஒரு சிறு பொழுது உட்கார்ந்து பறந்தால் என்ன? உட்காருவதில் என்ன இருக்கிறது? பறக்கிறதில்தானே எல்லாம் உண்டு. அது ஏன் தன்னந்தனியாய்ப் பறக்க வேண்டும் இப்படி?

தினகரிக்கு ஒரு காப்பி அருந்தலாம்போல இருந்தது.

காப்பி கொதித்து மணம் வருகிற அந்த நேரம்வரை நீலத்தழலையே பார்த்துக்கொண்டிருந்தாள். நீலம் எவ்வளவு குளுமை. மறுபடியும் கடல் நீலம். 'ஜோ, உன்னை யார் அந்தக் கடைசி வரியை எழுதச் சொன்னது?'

"உங்கள் ஊரில் கதவைத் திறந்து வைத்துக் கொண்டுதான், காஃபி கொதிக்கவைக்க வேண்டுமா?" வாசலில் ஆரம்பித்து ஹால் வரை வந்து அடுக்களையை உற்சாகமாக நெருங்கி வந்தது குரல்.

தினகரி ஏறிட்டுப் பார்த்தாள். ஆச்சரியம், சந்தோஷம், அழுகை எல்லாம். 'அர்ச்சன் அப்பா' நிற்கிறார்.

"வாங்க மாமா." தினகரி ஓடினாள். "அத்தை வரலையா?" என்று கேட்டாள்.

“அத்தை காஸ் அடுப்பை அணைத்துவிட்டு, மாமாவிடம் பேசச் சொல்லியிருக்கிறாள்” என்று அர்ச்சன் அப்பா சொல்லவும், “ஸாரி” என்று சிலிண்டரை மூடிவிட்டு மறுபடி ஓடி ஹாலுக்கு வந்தாள்.

“எப்படியிருக்கீங்க மாமா?” என்று கேட்டாள்.

அர்ச்சன் அப்பா முகத்தைத் துடைத்துக்கொண்டே சிரித்தார். வியர்வையும் முன் வழுக்கையுமாக எப்போதும் போல மாமா முகம் கனிவாக இருந்தது. தண்ணீர் குடித்துக்கொண்டே அத்தை பற்றி, அர்ச்சன் பற்றி, தம்பு பற்றி எல்லாம் சொல்லிக்கொண்டே வந்தார். குடும்பத்தின் ஒவ்வொரு நபர் பற்றி மாமா சொல்லும் போதும், மாமா முகம் மலர்ச்சியடைந்துகொண்டே போயிற்று. மனிதர்களைப் பற்றிய தகவல்களை இவ்வளவு சந்தோஷமாகப் பரிமாறிக்கொள்ள எல்லோராலும் முடிந்தால் எவ்வளவு நன்றாக இருக்கும்.

“நீங்க எப்போ வந்தீங்க மாமா?” தினகரி பழநறுக்குகளையும், பிஸ்கட்டுகளையும் முன்னால் வைத்தபோது, பக்கத்தில் இருந்த டீப்பாயை அவரே நகர்த்திக் கொண்டார். அதன் மேலிருந்த அந்தப் படத்தை ஒரு தடவை கையில் எடுத்துப் பார்த்து, “துபாய் பரிசா?” என்று கீழே வைத்தார். “ஸீ–கல், படித்திருக்கிறாய் அல்லவா?” என்று மீண்டும் ஒரு தடவை கையில் வைத்துப் பார்த்தார். ‘உன் கேள்வி ஞாபகம் இருக்கிறது என்பது போல’–

“நேற்றுக் காலை வந்தேன்” என்றார்.

“நேற்றே இங்கே வந்திருக்க வேண்டியதுதானே மாமா?”

“உன்னைப் பார்க்க வந்தால்தானே உன் வீட்டுக்கு வரணும். நான் என்னுடைய ஃபிரெண்டைப் பார்க்க வந்தேன்.” அடர்த்தியைக் குறைத்து, மேல் உதட்டோடு உதடாகக் கத்தரிக்கப்பட்டிருந்த மீசை, சிரிப்பில் அகன்றுகொண்டு போயிற்று. ‘என் சிநேகிதர் என்றால் உன்னுடைய சிநேகிதரும்தானே?’ என்கிறமாதிரி அந்தச் சிரிப்பு ஒடுங்கியதும், மாமா மறுபடி சொல்ல ஆரம்பித்தார். சொல்வதற்குமுன், பக்கத்து நாற்காலியைக் காட்டி, “ஏன், நிற்கிறாய், உட்கார்” என்றார்.

தினகரி உட்கார்ந்த கோணத்தில் மாமா முகத்தில் வெளிச்சம் குறைவாகப் படுவதுபோல இருந்தது. எழுந்து பின்னால் இருக்கிற ஜன்னல் கதவைத் திறந்துவைக்கவும், எண்ணெய்ப்பசையும் வியர்வையுமாக மாமா முகம் ஜீவன் அடைந்தது.

"ஃப்ரெண்ட் என்றால் என் சிநேகிதி. என்னுடன் கல்லூரியில் ஒன்றாகப் படித்தவள்" என்று ஆரம்பிக்கும்போதே, மாமாவின் முகம் தினகரியின் பார்வையிலிருந்து விலகிவிட்டது. வெகு தொலைவில் மாமாவின் சொற்கள் பறந்து கொண்டிருந்தன.

"நீ கேள்விப்பட்டிருப்பாயே?" என்று ஒரு அநாதைக் குழந்தைகள் இல்லத்தின் பெயரிலிருந்து துவங்கினார். அந்த இல்லத்தின் தலைவியாக அவருடைய சிநேகிதி இருப்பது மிகத் தற்செயலாகத் தெரியவந்ததாம். தொலைபேசியில் அவள்தானா என்று உறுதி செய்து கொள்வதற்காகப் பேசினாராம். இவர் பெயரைச் சொன்னதுமே, அடையாளம் தெரிந்துவிட்டதாம்.

"இருபது வருஷ இடைவெளி, தினகரி. பெயரைச் சொன்ன உடனேயே... ஹஹா!" என்று மாமா நிறுத்தினார். மாமா பூரணமாக இங்கும் எங்குமற்று இருந்தார். நேற்று, மாமா, அவர் சிநேகிதி இரண்டு பேரும் அநாதை இல்லத்தைச் சுற்றிப் பார்த்தார்கள். அந்த தினத்தின் ஞாபகமாக ஒரு செடியை நட்டுவைக்க அவர் கேட்டுக் கொள்ளப்பட்டார். பக்கத்து அலுவலகம் ஒன்றில் வேலை பார்க்கிற சிநேகிதியின் கணவர் வந்ததும் மூன்று பேருமாக அவர்களுடைய வீட்டிற்குப் போனார்கள்.

ஒன்றாகப் படித்த கல்லூரி பக்கத்திலேதான் இருக்கிறது. ஏன் போய்விட்டு வரக்கூடாது என்று தோன்றிற்று. மூன்று பேருமே புறப்பட்டுப் போனார்கள். கல்லூரிக் கட்டடங்கள் பற்றி, இன்னின்ன இடங்களில் நிற்கிற இன்னின்ன மரங்கள் பற்றி, நேற்றுப் போகும்போது வழியெங்கும் உதிர்ந்து நனைந்து கிடந்த மஞ்சள்பூக்கள் பற்றியெல்லாம் பேசினார். தங்களுடைய பழைய வகுப்பறைகளில் போய் உட்கார்ந்து வந்ததையும், கரும்பலகை விளிம்பைத்தொட்டு சாக்பீஸ் துணுக்கை விரலில் ஒற்றிக்கொண்டு நிற்கையில் ஞாபகம் வந்த ஒரு விரிவுரையாளரையும், அவருடைய ஷேக்ஸ்பியர் வகுப்பையும் பரவசமாக மாமா விவரித்தார்.

ஏழு பேர் அடங்கிய அவர்களுடைய நெருக்கமான சிநேகிதர் குழுவில், தற்போது டாக்டராக இருப்பவர், காவல் துறை அதிகாரியாக இருப்பவர் இரண்டு பேருடனும் நேற்றிரவு அந்தச் சிநேகிதியின் வீட்டிலிருந்தே தொலைபேசியில் பேசியதையும் சொன்னார்.

காவல்துறையில் இருப்பவர் பெயரைச் சொல்லி, "அவனை ராத்திரி பன்னிரெண்டு மணிக்கு ஃபோனில் பிடிச்சோம்" என்று சிரித்தார்.

இதையெல்லாம் மாமா சொன்னது பெரிதில்லை, அப்புறம் சொன்னது இன்னம் அருமையாக இருந்தது.

"அவங்க குடும்பத்தோட இருக்கும்போதும், சாப்பிடும்போதும், இப்படி ஒவ்வொருத்தராக் கூப்பிட்டு ஃபோனில் பேசும்போதும், எனக்கு உங்க அத்தை பக்கத்திலே இல்லையேன்னு தோணிட்டுது. இப்படியெல்லாம் மனுஷங்க, இப்படியெல்லாம் உலகம் இருக்குன்னு நான் மட்டும் சந்தோஷப்படுகிறமாதிரி இருந்தது. அவளையும் பிள்ளைகளையும் கூட்டிக்கிட்டு வந்திருக்கலாமேன்னு ராத்திரி பூராவும் தோணுச்சு. முதல் காரியமா, காலையில் உன் வீட்டுக்குப் புறப்படுகிறதுக்கு முன்னால, அவள்கிட்டே எல்லாத்தையும் ஃபோனில் சொல்லிவிட்டுத்தான் வாரேன். இதை எல்லாத்தையும் அனுபவிக்கிறது எப்படி, அனுபவிச்சதைச் சொல்கிறது எப்படி? ஒரு மாற்றுக் கம்மி தானே, என்ன இருந்தாலும்." மாமா சொல்லியபடியே எழுந்தார்.

"புறப்படுகிறேன்! சுரேஷ் வந்தால் சொல்லு" என்று அவர் விடைபெறும்போது தினகரி குனிந்து, ஜோவின் கடிதத்தையும், அந்த முப்பரிமாணப் படத்தையும் எடுத்து, "இதுவும் என்னோடு கூடப் படிச்ச பையன் ஒருத்தர் அனுப்பினதுதான்" என்று நீட்டினாள்.

'உங்களைமாதிரி' என்று தினகரி நினைத்துக் கொண்டாள்.

- 'குங்குமம்', மே 1997

அரசமரம்

தெருவிலிருந்து திரும்பி மெயின் ரோட்டிற்கு வருவதற்கு முன் தற்செயலாக ஒருமுறை திரும்பிப் பார்த்தார்.

இன்னம் காந்திமதி இரண்டாவது தளத்தின் விளிம்பிலிருந்து அவரைக் குனிந்து பார்த்துக்கொண்டே இருந்தாள். மாமனாருக்கே கையசைக்கிறோம் என்றுகூட வித்தியாசம் பாராமல், ஒரு சிறு குழந்தைமாதிரி நின்று, திரும்பத் திரும்பக் கையசைத்தாள். இரண்டு கைகளிலும் பை இருக்கிறது. அவரால் பதிலுக்குக் கையசைக்க முடியவில்லை. 'போயிட்டு வாரேன்' என்று சத்தமாகச் சொன்னார். அவ்வளவு தூரத்துக்கு நிச்சயம் கேட்டிருக்காது.

தெருவைவிட்டுத் திரும்பி இவர் இங்கே வரட்டும் என்று காத்துக் கிடந்ததுமாதிரி, காற்று சுருட்டிக்கொண்டு அடித்ததில் பத்தடி தூரத்துக்கு ரோடு முழுவதும் வெறும் அரசிலைகளாகக் கிடந்தன. பழுத்தும் சருகாகிக்கொண்டும் விளிம்புகள் ஒருமாதிரி முறுக்கிக்கொண்டும் இருக்கிற அந்த இலைகள் வெயிலில் பளபளத்துக் கொண்டிருந்தன.

இவ்வளவு இலை உதிர்கிற அளவுக்கு இந்தப் பக்கம் பெரியதாக எங்கே அரசமரம் இருக்கிறது என்று யோசித்துப் பார்த்தார். பிள்ளையார்கோயில் இருக்கிற இடங்கள் எல்லாம் ஞாபகம் வந்ததே தவிர, அரசமரம் கண்ணில் பட்ட மாதிரியே தெரிய வில்லை.

அவருக்கு அப்படியே, எங்கே இருந்தால் என்ன என்று, விட்டுவிடவும் முடியவில்லை. அரசிலை எந்தப் பக்கத்தில் இருந்து

சருகிக்கொண்டு வருகிறது என்பதிலிருந்து மரம் இருக்குமிடத்தை ஊகித்துவிட முயற்சி பண்ணினார். சருகைப் பார்க்கப் பார்க்க, ஊரில் அரசடிப் பாலம் வாய்க்கால் பக்கத்து மரம் ஞாபகம் வந்தது. ராசவல்லிபுரம் பஸ் ஸ்டாண்ட் பக்கம் நின்ற ஒரு மரம் ஞாபகம் வந்தது. சிங்கிகுளம் பெரியம்மை இறந்த சமயம் ஆற்றுக்குப் போயிருந்தபோது, கட்டத்தலத்துக்குப் பக்கத்தில் குடை மாதிரி நின்ற மரம் ஞாபகம் வந்தது. அவர் வேலைபார்த்த பி.டபிள்யூ.டி. ஆபீஸ் கட்டட ஜலதாரைக் குழாய்ப்பக்கம் மாடி வெளிச்சுவரில் முளைத்துக் குள்ளமாக அப்படியே இருந்த செடிகூட கண்முன்னால் அசைந்தது. மரமானாலும் சரி, ஆள்கள் ஆனாலும் சரி, திரும்பத்திரும்ப ஊர் ஞாபகம்தான் வருகிறதே தவிர, இங்கே ஒட்டவே மாட்டேன் என்கிறது.

என்னதான் லீவுநாள் என்றாலும் இப்படியா? ஒரு ஈ – காக்காய் காணவில்லை. ஆட்டோகூட குடுகுடு என்று எப்போதாவது போகிறது. செருப்புத்தைக்கிறவன், லாட்டரிச் சீட்டு விற்கிறவன், காப்பிப் பொடிக் கடை, லாண்டரி யாரும் எதுவும் இல்லை.

மறுபடியும் ஒரு காரோ பஸ்ஸோ தாண்டும்போது அரசிலைகள் எல்லாம் அதனுடன் கொஞ்சம் தூரம் ஓடின. எக்குத்தப்பாகச் செருப்பு வாருக்குள் ஒரு அரசிலை மாட்டிக் கொள்ள, காலை அவர் வேகமாக உதறினதில் செருப்பு முன்னால் போய் விழுந்தது.

ஊரில், போலீஸ் ஸ்டேஷன் முக்கில் இருக்கிற கடையில் அளவு கொடுத்துத் தைத்து வாங்கின செருப்பு.

திடீரென்று அந்தச் செருப்புக்கடையின் வாசனை ஞாபகம் வந்துவிட்டது. கடைக்கு நேர் எதிரே ஒரு ஒரு ஆள் போய் வருகிற மாதிரி ஒரு கழிப்பறை. அதையொட்டின சுவர்பூராவும் சினிமாப் போஸ்டர்கள். பக்கத்தில் நகராட்சி ஆஸ்பத்திரி, வரிசையாக, வேப்பமரம். எதிர்த்தாற்போல போலீஸ் ஸ்டேஷன். வெறும் தோலும் செருப்பும் மட்டும் அல்ல, இவ்வளவும் சேர்த்துதான் அந்தக் கடைக்கு அப்படி ஒரு வாசனையைக் கொடுத்திருக்க வேண்டும்.

இரண்டு பைகளையும் கையில் வைத்துக்கொண்டே, நடை பாதை ஓரமாகக் காலைநீட்டித் துளாவி, குப்புறக் கிடந்த செருப்பை நிமிர்த்திப் போட்டுக்கொண்டார். சிறுதடங்கல்கூட இல்லாமல், பாதத்துக்குள் செருப்புப் பொருந்துவது ஒரு சாதாரண விஷயம்தான். ஆனால் அதில் அவருக்கு ரொம்பச் சந்தோஷமாக இருந்தது. ஒரு சங்கடமும் இல்லாமல், இன்றைக்கு எலெக்ட்ரிக்

ட்ரெயின் பிடித்து, மகள் சொர்ணம்மா வீட்டுக்குப் போய் விடலாம் என்று நினைத்தார்.

'பையனுக்கு பரீட்சை எல்லாம் முடிந்துவிட்டது. அப்பாவை வேண்டுமானால் அனுப்பி வையுங்கள்' என்று அண்ணன்காரனுக்கு அவளேதான் டெலிபோன் பண்ணியிருந்தாள். வழக்கம்போலவே இதை மகன் சொல்லவில்லை. மருமகள் காந்திமதிதான் சொன்னாள், ராத்திரிச் சாப்பாடு பரிமாறும்போதே.

"நாளைக்கு உங்களுக்கு லீவுதானே. பைக்கில கொண்டுபோயி அப்பாவை விட்டுட்டு, அப்படியே மதினி எல்லாரையும் எட்டிப் பார்த்துவிட்டு வாங்களேன்" என்று அவள் ஆரம்பித்தாள்.

ஒரு முருங்கைக்காய்த்துண்டைப் பல்லில் கவ்விச் சதைப்பற்றை இழுத்துக்கொண்டிருக்கிறவன் எப்படிப் பதில் சொல்லமுடியும்.

"அவனுக்கு ஏதாவது ஜோலி இருந்தாலும் இருக்கும். ரெண்டு - மூணு தடவை போயிப் போயிப் பழகின இடம்தானே. நானே போயிக்கிடுதேன்" என்று இவர் காந்திமதியைப் பார்த்துச் சொல்லும் போது மகன் அண்ணாந்து தண்ணீர் குடித்துக்கொண்டு இருந்தான்.

"போனதடவை வந்திருக்கும்போது, சொர்ணம்மா மகன் ஏதோ டிரவுசர் - சட்டையைப் போட்டுட்டுப் போயிட்டான்னு சொன்னியேம்மா; அதையும் பையில் எடுத்து வச்சிரு." தான் புறப்பட்டுப் போவதை உறுதி சொல்கிற மாதிரி இவர் சொன்னதும்–

"மருந்து - மாத்திரை எல்லாம் இருக்கா? எதுவும் வாங்கணுமா?" என்று பொதுவாக அவன் கேட்டான்.

"அதெல்லாம் இரண்டு நாளைக்கு முன்னாலேயே வாங்கி வச்சிட்டேன்" என்று சொன்னபடியே, இரண்டு பேரும் சாப்பிட்ட தட்டுகளையும் எடுத்துக் குழாயடியில் கொண்டுபோய்ப் போட்டு விட்டு வந்தாள் காந்திமதி.

எச்சில்தட்டுகளை இப்படிக் குழாயடியில் போட்டு, ஒரு கை தண்ணீரையும் தெளித்துவிட்டு வருகிற மருமகளைப் பார்க்கிற போது, ஒரு சாயலில் அவள் அவளுடைய மாமியார்க்காரிமாதிரியே இருப்பது போலிருந்தது அவருக்கு.

அதெப்படி, அங்கணக்குழியிலிருந்து வருகிற அவளும், சாப்பிட்ட தட்டைக் குழாயடியில் இடுகிற மருமகள் காந்திமதியும் ஒரேமாதிரித் தோன்றுகிறது? இடமா, காரியமா, எது இதைச் செய்கிறது? "கொஞ்சம் தண்ணி கொடும்மா குடிக்கிறதுக்கு"

என்று அவர் கேட்டு, காந்திமதி செம்பில் தண்ணீர் கொண்டு வரும்போது மறுபடியும் வேறு யாரோமாதிரி ஆகிவிட்டிருந்தாள்.

'தம்ளர் இல்லையா, செம்போட கொண்டுகிட்டு வாரே' என்று கோபமாகக் கேட்கப் போனார். அப்படிக் கேட்பார் என்று தெரிந்தது போல, "தம்ளர் எல்லாம் கழுவப் போட்டிருக்கு" என்று சொல்ல, "அதுக்கென்ன இருக்கட்டும்" என்று குடிக்க ஆரம்பித்தார். அப்படி அவர் குடித்து முடிக்கிற வரை பக்கத்தில் இருந்து செம்பை வாங்கி வைக்கமாட்டாளா என்று இருந்தது. அதற்குள்ளேயே சேலையில் ஈரக்கையைத் துடைத்துக்கொண்டு புறப்படுகிற காந்திமதியைப் பார்த்ததும்–

"அப்போ, நாளைக்கு நான் சொர்ணம் வீட்டுக்குக் கிளம்புதேன்" என்றார். காதில் விழுந்ததோ என்னவோ, காந்திமதி உள்ளே போன கொஞ்சநேரத்தில் மண்டையிடித்தைல வாசனை வந்தது.

'ஒரு மனுஷன் பேசிக்கிட்டு இருக்கும்போது, அப்படியே போகிறது என்ன பழக்கத்தோடு சேர்த்தி?' என்று கேட்க நினைத்ததை விட்டுவிட்டு, "உடம்புக்குச் சரியில்லையா!" என்று உள்ளே போனார்.

வெறும் தரையில் ஒரு தலையணையைப் போட்டுப் படுத்திருந்த காந்திமதி, இவர் வருவதைப் பார்த்ததும் எழுந்திருந்து உட்கார்ந்தாள்.

"சரி, சரி. படுத்திரி. எழுந்திருக்க வேண்டாம்" என்று சொல்லி விட்டு வேகமாக முன்பக்கம் போனார். அந்த மண்டையிடித்தைல வாசனையை அவருக்குப் பிடித்திருந்தது இப்போது.

முன்பக்கத்தில் பேப்பர் படித்துக்கொண்டிருந்த மகன், இவரைப் பார்த்ததும் எழுந்திருந்து பேப்பரோடு உள்ளே போனான். அவருக்கு அவனைப் பார்க்கச் சிரிப்பாகவும் இருந்தது, வருத்த மாகவும் இருந்தது. 'இவன் மடியில் இருக்கிற எதையும் நான் என்ன பிடுங்கிக்கிடவா போகிறேன்' என்று அவர் யோசித்துக் கொண்டு, வாசல்பக்கம் பூத்திருந்த செம்பருத்தியையே பார்த்திருந்த போது, உள்ளேயிருந்து திடீரென்று 'வெள்ளைக் கமலத்திலே' என்று மகாராஜபுரம் சந்தானம் ஆரம்பிப்பது கேட்டது.

கடைசியாக அவர் பார்த்துக்கொண்டிருந்த செம்பருத்திப்பூவின் அசைவற்ற இதழ்களிலிருந்தும், வளைந்து நீண்டு கொண்டிருந்த சூல் முடிகளின் அபூர்வத்திலிருந்தும் பெருகுவது போல இருந்தது பாடல்.

மகனை நினைத்து ரொம்பச் சந்தோஷமாக இருந்தது. ‘இந்த ஒரு இடம் மட்டும் இவனுக்கும் எனக்கும் ஒத்துப் போயிட்டது எப்படிண்ணு தெரியலையே!’ மேலும் அவர் பாடலைக் கேட்டுக் கொண்டு, லேசாகச் சாய்வு நாற்காலியில் இருக்கிறதுபோல உடம்பைத் தளர்த்திக் கொண்டார்.

கொஞ்சநேரம் கழித்து ஜோஷி கேட்டது.

‘என்ன குரல் மனுஷனுக்கு?’

செருப்புக்காலைச் சரிபண்ணி உதறும்போது, காலில் உதைபட்டு எதுவோ நகர்கிறமாதிரி இருந்தது. ஏதாவது நகை டப்பாவாக இருக்குமோ? மூக்குத்தி, தோடு என்று யாராவது வாங்கிக்கொண்டு போகிறபோது கீழே விழுந்திருக்குமோ?

அந்தக் கனவு சமீபத்தில்தானே அவருக்கு வந்தது, போகிற வழியில் எல்லாம் குனிந்து குனிந்து பவுன்பவுனாக அவர் எடுத்துக் கொண்டே போகிறமாதிரி. குதிரை வண்டியில் ஜிப்பா போட்டுக் கொண்டு உட்கார்ந்திருக்கிறவர், இறங்கி இறங்கி அதைப் பொறுக்கி, கீழே புல்லுக்கட்டுப் போடுகிறதற்குத் தொங்கவிட்டிருக்கிற சாக்குப் பையில் போட்டுக்கொண்டே வருகிறார்.

குதிரை வண்டி யார் அடிக்கிறார்கள் தெரியவில்லை. அவர் ஜிப்பா போட்டுக்கொள்ள வேண்டிய அவசியம் என்ன?

கனவில் மட்டுமில்லை, தனியாக நடந்து போகிறபோது, காய்கறி வாங்கிக்கொண்டு வருகிற சமயம், எலெக்ட்ரிக் பில் கட்டிவிட்டு வருகிறபோது, மெடிக்கல் ஸ்டோர் போய்த் திரும்பும்போது எல்லாம், கீழே கனமாக இரண்டு தங்கச் சங்கிலி கிடக்கும் என்றும், ஒரு நாளைக்கு அவர் கண்ணில் மட்டும் படும் என்றெல்லாம் ஏன் அடிக்கடி தோன்றுகிறது என்று தெரியவில்லை.

ரிட்டயர் ஆன பிறகு தன்னிடம் காசில்லை என்று நினைக் கிறாரா, இல்லை, இன்னும் நிறையப் பணம், நகை எல்லாம் இருந்திருந்தால் தன்னுடைய நிலைமை நன்றாக இருந்திருக்கும் என்று விரும்பப்படுகிறாரா!

இப்போது காலில் தட்டுப்பட்டது அப்படி ஒரு நகைப் பெட்டியா? என்ன இருக்கும் உள்ளே. வைரத் தோடா?

கையில் இருக்கிற இரண்டு பையையும் நடைபாதையில் வைத்துவிட்டுக் குனிந்து எடுத்தபோது அவருக்குப் பெரிய

ஏமாற்றமாக இருந்தது. யாரோ வேண்டும் என்றே கேவலப் படுத்திவிட்டது போலக்கூட இருந்தது.

ஒரு புத்தம் புதிய தீப்பெட்டி அது.

வாங்கி, ஒரே ஒரு குச்சியையாவது உபயோகித்திருப்பார்களோ என்னவோ. தவறிக் கீழே விழுந்திருக்க வேண்டும். நறுக்கி வைத்தது மாதிரி, ஒரே சீராகவும் நெருக்கமான அடுக்காகவும் மெழுகுக்குச்சிகள் இருந்த அந்தத் தீப்பெட்டியை மூடி, ஒரு தடவைக்கு இரண்டு தடவை குலுக்கிப் பார்த்தார். கைக்கு அடங்கின அந்தக் கனமும், குலுக்கினபோது ஏற்பட்ட சத்தமும் அவருக்குப் பிடித்திருந்தன.

உதிர்ந்த அரசிலைகள், அடுக்குக் குலையாத தீப்பெட்டி என்று எல்லாமே இன்றைக்குப் புதுவிதமாகவே நடக்கிற மாதிரிப் பட்டது. புதியதோடு புதியதாக இருக்கட்டும் என்று இதுவரை அவர் சாப்பிட்டிராத ஒரு தர்பூசணிப்பழத்தை மகள் வீட்டிற்கு வாங்கிக் கொண்டு போய்விடலாம் என்று அவர் முடிவுக்கு வந்தபோது, அதனுடைய கனம் அவரைப் பயமுறுத்தியது.

தீப்பெட்டியை என்ன செய்வது என்று தெரியவில்லை. "இந்த வெயிலோடு எங்கே அய்யா புறப்பட்டாச்சு. நம்ம கடைக்குத் தானா?" என்ற குரல் வந்தபோது நிமிர்ந்து பார்த்தார். நாகலிங்கம் சிரித்துக்கொண்டு நின்றான். இவர் ஒன்றும் கேட்கவில்லை. அதற்கு முன்னாலேயே நாகலிங்கம் சொன்னான்.

"டீ குடிக்க வந்தேன் அய்யா." நாகலிங்கம் சிரித்ததைப் பார்த்ததும் இவருக்கும் சிரிக்கவேண்டும் என்று தோன்றிவிட்டது. சிலரைப் பார்த்த உடனேயே, அவர்களையே மாதிரிப் பேசவேண்டும், நடக்க வேண்டும் என்று தோன்றிவிடுகிறது.

"எங்கே வந்தேண்ணு நான் உன்னைக் கேட்டேனா?" அவர் அவனைப் பார்த்துச் சிரித்துக்கொண்டே கேட்டார்.

"கேட்காவிட்டாலும் சொல்கிறதுதானே மரியாதை."

"சொல்லணும் சரி, ஆனால் உண்மையை அல்லவா சொல்லணும்!" தான் ஒரு பள்ளிக்கூட ஆசிரியர் மாதிரியும், ஒரு குறும்புக்காரமாணவன் எதிரே நிற்பது போலவும் அவருக்குத் தோன்றிவிட்டது.

"நான் அப்படி என்ன பொய்யை இப்போ சொல்லி விட்டேன்?" நாகலிங்கம் விழுந்து விழுந்து சிரித்தான். பொய் சொல்லித்

தான் அவரிடம் மாட்டிக்கொண்டது போலவும், தன் கையை எட்டிப் பிடிக்கப் போகிற அவருடைய கையைத் தடுத்து நிறுத்துவது போலவும், அவருடைய இரண்டு முன்கைகளிலும், லேசாகத் தன்னுடைய விரல்கள் படும்படியாக வைத்துக்கொண்டு சிரித்தான்.

"இந்த சந்துக்குள்ளே எனக்குத் தெரியாமல் எப்போ டீக்கடை திறந்தாங்க சொல்லு!" அவனுக்குச் சற்றும் குறையாத சிரிப்புடன் அவர் கேட்டதும்–

''கண்டுபிடிச்சிட்டீங்களே'' என்று கால்களுக்கிடையில் கைலியைச் செருகிக்கொண்டு சிரிக்கிற அவனுடைய முகத்தைப் பார்க்கப் பார்க்க அவருக்கு ரொம்பச் சந்தோஷமாக இருந்தது.

இதில் பெரிய விஷயம் ஒன்றுமில்லை; காலையில் கடை திறந்ததில் இருந்து இரண்டு – மூன்று மணி நேரமாய்க் கத்திரிக் கோலும் சீப்பும் கத்தியும் சோப்பு நுரையுமாக இருக்கிறவன், கொஞ்சநேரம் வெளியே வந்து, இந்த மெடிக்கல் ஸ்டோருக்குப் பின்பக்கத்துச் சுவர் ஓரமாக ஒதுங்கிவிட்டு வருவதும், ஒதுங்கின கையோடு பீடி குடிப்பதும் எல்லோராலும் ஊகிக்க முடிகிற ஒன்றுதான். இந்த இடத்தில் அவன் என்று இல்லை, சைக்கிள் ரிக்ஷாக்காரர்கள், கோவாப்ரேட்டிவ் பாங்கிற்கு வருகிறவர்கள், பத்து அடி தள்ளி இளநீர்க்கடை போட்டிருக்கிறவர்கள், நாட்டு மருந்துக் கடைப் பையன், ஓர்க்ஷாப் விஸ்வநாதன், சாயங்காலம் ஆபீஸிலிருந்து திரும்புகிறவர்கள் எல்லோரும் அந்த இடத்தை அதற்குத்தான் உபயோகப்படுத்துகிறார்கள். இவரேகூட அப்படிச் செய்திருப்பது உண்டுதான்.

"சரி, எங்கே புறப்பட்டாச்சு சொல்லுங்க?"

தான் மிகுந்த சந்தோஷத்துடன் தன்னை மறந்து சிரித்துக் கொண்டு இருக்கையில் அவன் இப்படிக் கேட்டதும், எவ்வளவு சந்தோஷமாக இருந்தாரோ அவ்வளவு துக்கமடைந்தவர் போல ஆகிவிட்டது அவருக்கு. எல்லா அரசிலைகளும் உதிர்ந்து சருகிக் கொண்டே போகிற பாதைபோல அவருடைய முகம் காலியாக, நடமாட்டமற்று ஒரு நிமிடம் கிடந்தது.

"காடாறு மாசம் முடிஞ்சுது, இனிமேல் நாடாறு மாசம்." மிகுந்த மனோதிடத்துடன், ஒரு சிரித்த முகத்துடன் இதைச் சொல்லிவிடலாம் என்றே அவர் நம்பினார். அதற்கு மாறாக இதைச் சொல்லும்போதே அவருக்குக் கண்ணெல்லாம் கலங்கிவிட்டது.

அவர் ஏதோ சங்கடப்பட்டுச் சொல்கிறார் என்பதை உணர்ந்தது போல, "பையை வேணும் என்றால் நான் வாங்கிக்கிடட்டுமா"

என்று நாகலிங்கம் அவர் கையைப் பிடித்தான். அவன் அப்படிக் கையைப் பிடித்ததும் சட்டென்று அவருக்கு அதிர்ந்தது.

சமீபத்தில் யாருமே இப்படித் தன் கையைப் பிடிக்காததும், காய்ப்பும் சொரசொரப்பும் நிறைந்த இன்னொரு ஆணின் கைகள், இவ்வளவு ஆதரவுடன், எளிய பரிவுடன், பட்டும்படாமலுமாகத் தனக்கு உதவ முன்வந்து ரொம்ப காலம் ஆகிவிட்டது என்பதுவும் உணர உணர, ஏறக்குறைய அவர் அழுகிற நிலைமைக்கே வந்து விட்டிருந்தார்.

"மகன் வீட்டில் ரெண்டு மாசம் இருந்தாச்சு. இனிமேல் மகள் வீட்டில் ரெண்டு மாசம் இருக்கணும், இல்லியா?" இதைச் சொல் வதற்காக இரண்டு என்று விரல்களை உயர்த்திக் காட்டினபோது, கைக்குள் இருந்த தீப்பெட்டி நழுவிக் கீழே விழுந்தது.

குனிந்து எடுத்து அதை அவரிடம் நீட்டிக்கொண்டே, "வாங்க, அப்படியே நம்ம வீட்டிலேயும் வந்து ரெண்டு மாசம் இருங்க" என்று கையைப் பிடித்தான்.

நிஜமாகவே தன் வீட்டுக்குக் கூட்டிக்கொண்டு போகப் போவதுபோல, மேலும் மேலும் இறுக்கமாகப் பிடித்தபடி அவர் அருகில் அப்படி நாகலிங்கம் நின்றபோது–

அரசமரம் எங்கே இருக்கிறது என்பது அவருக்குச் சுலபமாகத் தெரிந்து போயிற்று.

- 'தழல்', ஏப்ரல் 1997

அழுக்குப்படுகிற இடம்

போனதடவை பார்க்கப் போகும்போது, வீட்டில் யாருமே இல்லை. அண்ணன் வழக்கம் போலக் கட்டிலில்தான் இருந்தார். இங்கே அங்கே நகரவிடாத அளவுக்கு அந்தக் கட்டிலில் என்ன இருக்கிறதோ தெரியவில்லை.

கட்டிலுக்கு அந்தப்புறம் இருந்த ஜன்னல் வழியாக அடுத்த வீட்டு மாமரம் தெரிந்தது. கொழுந்து இலையும் பூவுமாக இந்த வெயிலுக்குள் அது அசையாமல் இருப்பதற்கு நேர் விரோதமாக இரண்டு பெண்கள் பேசிக்கொண்டே, துவைத்த துணிகளை ஓடி ஓடிக் கொடியில் காயப்போட்டுக் கொண்டிருந்தார்கள். ஒரு அரக்குக் கலர் சேலையை நீளவாட்டமாகக் கட்டி முடிச்சுப் போட்டதும் இன்னொரு விதமான நிறத்தில் வெளிச்சம் விழ, அண்ணனின் முகம் சற்று நேர்த்தி அடைந்து விட்டது. அப்பொழுது தான் சிரித்து முடித்தது போல முகத்தில் ஏதோ ஒரு அமைதிகூட வந்து சேர்ந்திருந்தது.

'எங்கே ஒருத்தரையும் காணோம்?' நான் கையில் கொண்டு வந்திருந்த பையைக் கீழே வைக்கிற வரை அண்ணன் கட்டிலில் அப்படி லேசாகக் குனிந்து சிரித்தபடி போலதான் இருநதார். சத்தம் கேட்டதும், 'வா கிட்டு' என்று ஏறிட்டுப் பார்த்தவர், 'எல்லோரும் கூழவற்றல் போடுகிறதுக்கு மொட்டைமாடிக்குப் போயிருக்காங்க' என்றார்.

எனக்கு மேலே போய்ப் பார்க்கவேண்டும் போல இருந்தது.

கூழ்வற்றல் போடுகிற காலைக்கு என்று ஒரு தனி வெயில் உண்டு. கூழைக் காய்ச்சி இறக்கின சமயம் சரியாகக்கூட விடிந்திருக் காது. புறவாசல் பைப்பின் மேல் காக்காய் உட்கார்ந்திருக்கும். ஓட்டுக்கு மேல் வாதமடக்கி மரம் பூத்திருக்கிற வாடை கும்மென்று வரும். ஓடு எப்போதும் இருக்கிற அதே ஓடுதான், இன்றைக்கு என்னவோ ரொம்பச் சிவந்து கிடப்பதாகத் தோன்றும்.

'வெயில் எல்லாத்தையும் ஏமாத்திடும் போல இருக்கே' என்று பயந்தபடி ஏணியின் வழியாக அம்மா ஏறிப் போவாள். 'நீ பிள்ளை களுக்குக் காப்பி சேர்த்துக் கொடுத்துட்டு வந்தால் போதும்' என்று அக்காவிடம் சொல்லிவிட்டுப் போனாலும், அக்கா, அம்மா பின்னாலேயே ஏறிப் போவாள். அவளைத் தொடர்ந்து மேலே ஏறுகிற என்னைப் பார்த்து, 'நீ என்ன பொம்பளைப்பிள்ளையா?' என்று அக்கா கேட்கும்போது, பற்பசை வாசம் அடிக்கும். நேற்றைக்கு வைத்திருந்த பூவைத் தலையிலிருந்து அவள் எடுத்து வீசுவதற்கும், ஏணிப்படி முடிவதற்கும் சரியாக இருக்கும். அம்மா குமிழ்குமிழாக இதற்குள் ஒரு ஜமுக்காளத்தில் பாதி அளவுக்குக் கூழ்வற்றல் இட்டுக் கொண்டு விட்டிருப்பாள். நான் நான்கு புறமும் பார்ப்பேன். பிள்ளையார்கோயில் கோபுரம், பெருமாள்கோயில், பெரியகோயில் கோபுரம் எல்லாம் தெரியும். காந்தி சதுக்கத்தில் ஏற்றப்பட்டிருக்கிற கட்சிக்கொடிகள் அசையும். தளவாய் முதலியார் வீடு தெரியும். சுற்றி எங்கெங்கோ நிற்கிற மரங்களின் உச்சிக்கு மேல் நீலமாக வானம். திரள் திரளாக மேகம்.

குனிந்து கீழே பார்த்தால் எதிர்த்த வீட்டுக் கோமதி அக்கா வாசலில் கோலம் போட்டுக் கொண்டிருப்பார்கள். கோமதி அக்காவுக்கு முதுகில் கண் இருக்குமோ என்னவோ, 'கிட்டு, நீ என்ன பண்ணுதே அங்கே?' என்று கோலப்பொடி டப்பியும் கையுமாகச் சிரிப்பார்கள்.

நியாயமாகப் பார்த்தால், எனக்கு ஞாபகம் வருகிறதைவிட, அண்ணனுக்குத்தான் கோமதி அக்கா ஞாபகம் வரவேண்டும். கடைசியில் வேறு மார்க்கமே இல்லாமல், கோமதி அக்கா, புளியங் குடிப் பையன் ஒருத்தனைக் கல்யாணம் பண்ணிக் கொண்டாள் என்றாலும், அண்ணனுக்கும் அவளுக்கும் இடையில் எவ்வளவு நடந்திருக்கிறது. இந்தத் தெருவிலும், இந்தக் குடும்பத்திலும், என்னென்ன ஏச்சு – பேச்சு எல்லாம் உண்டாயிற்று. அதனால், 'நீ எல்லாத்தையும் உதிர்த்திட்டாயோ என்னமோ, பஜாரில் தலை நிமிர்ந்து நடமாட முடியலை எனக்கு' என்று கடைச்சாவியையும்

பையையும் வைத்த கையோடு அப்பா மிகத் தாழ்ந்த குரலில் அண்ணனிடம் சொல்லிக்கொண்டு திருநீற்றை நெற்றியில் பூசிய நேரத்தில், விளக்கில் போட்டிருந்த சரத்தில் இருந்த அரளிப்பூவும் பச்சையும் அசைந்தவிதம் நுட்பம் நிறைந்தது.

கட்டிலில் உட்கார்ந்துகொண்டு, அண்ணன் சிரிப்பதுகூடக் கோமதி அக்கா ஞாபகத்தில்தானோ. இத்தனை வருஷத்திற்கு அப்புறம் எல்லாம்கூட அந்த ஞாபகம் இருக்குமா? அண்ணனுக்கு ஞாபகம் இருக்கிறதோ என்னவோ, மதினிக்கு ஞாபகம் இருக்கிறது என்று தெரிந்தது; அதுவும் அண்ணன் சொல்லித்தான்.

ஒரு தடவை அண்ணன் என் அறைக்கு வந்திருந்தார். முதல் முறையாக வரும்போது அவ்வளவு சுலபமாக என் அறையைக் கண்டு பிடித்துவிட முடியாது. பிள்ளையார் கோயில் ஒரு அடையாளம் என்றால், இரண்டு பிள்ளையார்கோயில்கள் தெருவில் இருந்தன. 18ஆம் எண் என்று தேடிக்கொண்டு வந்தால், திடீர் என்று 13க்குப் பிறகு 46 ஆரம்பித்து எங்கெங்கோ போகும். சுலபமான ஒரே அடையாளம் என்றால் சூப்பர் ஒயின்ஸ் கடையைச் சொல்லலாம்.

அண்ணனுக்கு இது முதல் முறை அல்ல. ஆனால் ராத்திரி பதினோரு மணிக்கு அண்ணன் அந்தச் சுலபமான அடையாளத் துடனேயே வந்திருந்தார். ‘கிட்டு, இந்தப் பையைப் பிடி’ என்று அவர் கொடுக்கும்போது, அவருடைய கையின் நீளம் இரண்டு மடங்கு ஆகிவிட்டதாக அவரே நினைத்துக்கொண்டது போல இருந்தது. செருப்பைக் கழற்றுவதற்குக் கதவில் கையை ஊன்றும் போது, கதவுக்கும் கைக்கும் இடையிலான தூரம் தப்பி, கதவு சத்தத்துடன் சுவரில் மோதிக்கொண்டது.

‘சரவணன் இல்லையா?’ என்று கட்டிலில் உட்கார்ந்தார். கட்டிலில் விரித்து நான் படித்துக் கொண்டிருந்த தினசரி அவருக்குக் கீழ் இருந்தது.

‘ஊருக்குப் போயிருக்காரு.’

‘சரவணன் இருந்தால் சிகரெட் வச்சிருப்பான்’

இதற்கு முந்தி அறை நண்பரைப் பார்க்கும்போது, ‘நீங்க, வாங்க, போங்க’ என்று பேசின அண்ணன் இப்படி ஒருமையில் விசாரிப்பது ஆச்சரியமாக இருந்தது.

‘நான் வேணும்னா வாங்கிட்டு வரட்டுமா?’ என்று சட்டையை மாட்டப்போகும்போது–

'இந்த இடத்துல ஒரு பாம்பே டையிங் காலண்டர் கிடந்துதே, அது எங்கே?' என்று மேஜைக்கு நேர் மேலே அண்ணன் கையைக் காட்டினார். போன வருடத்துக்கும் முந்தின காலண்டரான அதை அப்புறப்படுத்தி விட்டிருந்தோம்.

'அந்தக் காலண்டரில் இருந்த படம் யாரு மாதிரி இருக்கும் தெரியுமா?' அண்ணன் காலண்டர் இல்லாத அந்த வெற்றிடத்தைப் பார்த்துக்கொண்டு கேட்டார்.

நான் அந்த நடிகை பெயரைச் சொல்லி முடிப்பதற்குள், 'ச்சீ' என்று சொல்லிவிட்டுக் கொஞ்ச நேரம் என்னையே பார்த்தார்.

"கிட்டு, பொய் சொல்லாதே நீ. உனக்குத் தெரியும். உன்னைவிட உன் மதினிக்குத் தெரியும். உன் மதினிதான் சொல்லியிருப்பா, அதை மாட்டக்கூடாதுண்ணு. அதனாலதான் அதை நீ கழட்டி வெச்சிட்டே; அங்கே இல்லாட்டா என்ன, கோமதி இங்கே இருப்பா' என்று நெஞ்சைத் தட்டிக் காட்டினார்.

சினிமாவில் வருவது போல எல்லாம் நிஜத்திலும் பேசுவார்கள் என்பது நம்ப முடியாததாக இருந்தது. அண்ணன் மேலும் மேலும் இதைப்பற்றி பேச வேண்டாமே என்றுதான் எனக்குத் தோன்றிற்று.

'இங்கே பார்த்தியா?' என்று விலங்குகளுடன் கையை உயர்த்துவார்களே அது போல, இரண்டு முஷ்டிகளையும் மடக்கி என் முன் நீட்டினார். அவர் என்ன சொல்ல வருகிறார் என்று ஊகிக்க முனைவதற்குள், கட்டிலில் இருந்தபடியே இரண்டு கால்களையும் நீட்டிக்கொண்டு மறுபடியும், 'இங்கே பார்த்தியா?' என்று என்னிடம் கேட்டார்.

'கை, கால் எல்லாத்தையும் வரிய வரியக் கட்டிப் போட்டுட்டா சரசு. நாலு எட்டு எந்தப் பக்கமும் எடுத்து வைக்காதே, வீட்டுக்குள்ளேயே கிட, என்னைப் பார்த்துக்கிட்டே கிடண்ணு கட்டிப் போட்டுட்டா. மனுஷண்ணு இருந்தா நாலு எட்டு சுதந்திரமாக நடக்க வேண்டாமா? கேட்க நினைச்சதைக் கேட்க, பார்க்க நினைச்சதைப் பார்க்க வேண்டாமா? மூச்சு முட்டும்படியா அடைச்சுப் போட்டுட்டு, மூச்சு விடு மூச்சு விடுண்ணு சொன்னா எப்படி முடியும்?'

ஒரு சினிமாவில் வரும் நிகழ்ச்சியாகவே மேலும் எல்லாம் உருவம் அடைவதைப் போல இருந்தது. வேறு ஒரு மொழித் திரைப்படத்தின் காட்சிகளையும் கீழே நகர்கிற சப்-டைட்டில்

களையும் ஒரே நேரத்தில் கவனம் செலுத்த முடியாதது போல, நான், அண்ணனுக்கு எதிரே நின்று கொண்டிருந்தேன்.

'சந்தேகத்துக்கு ஒரு அளவே இல்லையா? எப்பவோ எவளையோ நினைச்சேன் என்கிறதுக்காக, பஸ்ஸில் வருகிறவள், ஆபீஸில் வேலைபார்க்கிறவள், கக்கூஸ் கழுவுகிறவள் எல்லோர் கூடேயும் நான் அலைகிறதாக நினைத்தால் எப்படி?' அண்ணன் இதையெல்லாம் அழுதுகொண்டோ கரகரத்த குரலிலோ எல்லாம் சொல்லவில்லை. என்னிடம் பேசுகிறது போல இருந்தாலும், இந்த அறையில் அவர் மட்டும் தனியாகப் பேசிக்கொண்டு இருப்பது போலவே இருந்தது. நான் இப்படிச் சம்பந்தமற்றவன் மாதிரி விலகி நிற்பதைப் பார்த்ததும் என்னுடைய குரலையும் உரை யாடலுக்கு உட்படுத்த நினைத்து–

'சரசுவுடைய தங்கச்சி தெரியுமில்லையா?' என்று என்னைக் கேட்டார்.

'மஹேஸ்வரியா?' நான் மதினியின் தங்கை பெயரைச் சொன்னேன்.

'அவளேதான். அவளுக்கு என்ன வயசு இருக்கும்?'

நான் ஒன்றும் பதில் சொல்லவில்லை.

'கல்யாணம் முடிஞ்சு இப்போதான் ஒரு கைப்பிள்ளை இருக்கு. பிறந்தநாள்கூடக் கழிஞ்சிருக்காது அதுக்கு.'

மஹேஸ்வரியின் மாப்பிள்ளைக்கு, அண்ணன் இருக்கிற ஊருக்குப் பக்கத்திலேயே மாற்றல் ஆகியிருப்பதும் அண்ணன் வீட்டிற்கு நான்கு தெரு தள்ளி ஒரு வீட்டில் அவர்கள் வாடகைக்கு இருப்பதும் தெரியும். நான்கூட ஒரு தடவை போயிருக்கிறேன். என்னிடம் முருங்கைக்காய் நாலைந்து பறித்து, 'அண்ணாச்சி வீட்டில கொடுத்திருங்க' என்று மஹேஸ்வரி கொடுத்திருக்கிறாள். மஹேஸ்வரிக்கு கண்கள் எவ்வளவு அழகோ, அதே போல அவருக்கும் அழகு. 'ரெண்டு பேரும் குனிஞ்சு உட்கார்ந்து சாப் பிட்டால், சாப்பிடுகிற இலையில் கண்ணு தெறிச்சு விழுந்திரு மோண்ணு பயமா இருக்கும்னா பாரேன்?' என்று அண்ணன் ஒரு தடவை சொல்லியிருக்கிறார்.

'அவளை நான் வச்சுக்கிட்டு இருக்கேனாம். வசதியாக இருக்கும் என்று அவள் மாப்பிள்ளைக்கு வேலையை மாத்தி இந்த ஊருக்கு

வர ஏற்பாடு பண்ணினதே நான் தானாம்...' அண்ணன் தலையில் அடித்துக் கொண்டார்.

'நான் எங்கே போய் முட்டிக்கிட'. இவ்வளவு நேரம் நிதானமாக இருந்தவர், இந்த இடத்தில் லேசாக விசும்ப ஆரம்பித்தார்.

'என்னால எங்கேயும் ஒரு பக்கமும் போக முடியலை, வர முடியலை. யாரையும் ஏறிட்டுப் பார்க்க முடியலை. ஆபீஸிலேகூட வரவர வேலை பார்க்கவே ஓடலை. எழுதிக் கொடுத்துவிட்டு வந்திடலாமாண்ணு இருக்கு. சரசு, பள்ளிக்கூடத்துல அலையுத மாதிரி வீட்டுலேயும் சதா ஒரு பிரம்பைக் கையில் வச்சுக்கிட்டு அலையணும்னா அலையட்டும்.'

அண்ணன் பக்கத்தில் கிடந்த தலையணையை எடுத்து மடியில் வைத்து அதில் முகத்தைப் புதைத்துக் கொண்டார்.

'கொஞ்சம் படுத்திருங்க, நீங்க சாப்பிடுறதுக்கு ஏதாவது வாங்கிக் கிட்டு வந்திர்றேன்' என்று நான் கிளம்பியபோது அண்ணன் ஒன்றும் சொல்லவில்லை.

சாப்பாட்டுப் பொட்டலத்துடன் நான் திரும்பி வந்தபோது அண்ணன் குப்புறப்படுத்துத் தூங்கி விட்டிருந்தார். காலுக்குக் கீழ் அகப்பட்டிருந்த தினசரி மாத்திரம் விசிறிச் சுழற்சியில் ஒரு திமிங்கலத்தின் வாய் போல அகன்று மூடிக் கொண்டிருந்தது.

●

"நான் சரசு பேசறேன், தம்பி" என்று தொலைபேசியில் குரல் கேட்கும்போதும், அலுவலகத்தில் அப்படித்தான் ஒரு மாதக் காலண்டர் புரண்டு கொண்டிருந்தது. மதினி என்னுடன் தொலை பேசியில் பேசுவதே இதுதான் முதல் தடவை.

நேரில் பார்க்கும்போதும் பேசும்போதும் நிதானமாக இருக்கிற மதினி, தொலைபேசியில் சற்று படபடப்பாய் பேசினமாதிரி இருந்தது.

'உங்க அண்ணன் நிலைமை சரியில்லை. ஆபீசுக்குப் போகாமல் லீவைப் போட்டுக்கிட்டு வீட்டிலேயே இருக்கிறார். வெளியில்கூடப் போகிறதில்லை. நீ ஒரு தடவை வந்துவிட்டுப் போனால் நல்லது'. இவைதான் பேசியதன் சுருக்கம் என்றாலும், இன்னும் எவ்வளவோ பக்கக் கிளைகள் மாதிரி முளைத்துக் கிடந்தன அதில்.

‘இரண்டு பெண்பிள்ளைகள் இருக்கிற அறிவே அவருக்கு இல்லை. புத்திகெட்டுப்போய் எத்தனையோ வருஷம் ஆகிவிட்டது. அவளாக இருக்கிறதால் அவரோடு ஒன்றாக இருந்து குடித்தனம் நடத்துகிறாள். இப்போது வேலைக்கும் போகமாட்டேன் என்கிறார். அவள் மட்டும் எதற்கு வேலைக்குப்போய் தொண்டைத்தண்ணீரை வற்ற வைக்க வேண்டும்? அவளும் நாளையிலிருந்து வேலைக்குப் போகமாட்டாள். இனிமேல் எல்லோரும் தெருவில் நிற்கட்டும். எக்கேடும் கெட்டுப் போகட்டும்’. இப்படி நிறைய முள்ளும் முடிச்சும்.

சுருண்டு சுருண்டு விரிகிற அந்தக் காலண்டர் அசைவை நிறுத்திவிட வேண்டும் போல இருந்தது. இவர்களுக்கு மத்தியில் நான் போய் என்ன யோசனை சொல்லிவிட முடியும் என்று தெரியவில்லை. அண்ணனை நினைத்தால் பாவமாக இருந்தது. அன்றைக்கு ஒருநாள் அறைக்கு வந்து, கையையும் காலையும் கட்டிப் போட்டுவிடுவதாகச் சொன்ன தோற்றம்தான் ஞாபகம் வந்தது. அண்ணனுக்கு என்னைவிட யாரும் இப்போது நெருக்கமாக இருக்கமுடியாது. முடிந்தால், ஏற்கெனவே இருக்கிற விடுப்போடு விடுப்பாக இங்கே வந்து சில நாள் இருக்கச் சொல்லலாம்.

சரவணன், நான், அண்ணன் மூன்று பேரும் ஒரு பாரில் உட்கார்ந்து ரொம்ப நேரம் குடித்துவிட்டு வெளிவரும் போது, போக்குவரத்தற்ற இரவுச் சாலைகள் எவ்வளவு அழகாக இருக்கும் என்று நினைத்துக் கொண்டேன். மூவரும் அமைதியாக வந்து கொண்டே இருக்க, சரவணன் சட்டென்று பின்தங்கி விடுகிறார்.

வெவ்வேறு மரங்கள் அடர்ந்த அந்தச் சாலையில், முற்றிலும் காய்களாக மட்டும் கனத்துத் தொங்கிக் கொண்டிருக்கிற அந்த இலவமரங்கள் எப்படி வந்தன என்று தெரியவில்லை. சாலை விளக்குகளின் கீழ் விழுந்து கிடக்கும் இலவமரத்தின் நிழல் மீது சரவணன் உட்கார்ந்துகொண்டு, ‘இன்று மார்ச் முப்பதா – முப்பத்தொன்றா. நீங்க சொல்ல முடியுமா?’ என்று கேட்கிறார். ‘தேதியற்ற தினம்’ என்று அண்ணன் சொல்கிறார். ‘பெயர் அற்ற மனிதர்கள்’ என்று சரவணன் திரும்பச் சொல்கிறார். ‘ஒரே ஒருத்திக்குப் பெயர் உண்டு’ என்கிறார், அண்ணன். ‘யாருக்கும் பெயர் கிடையாது.’ சரவணன் தலையில் ஓங்கித் தட்டுகிறார்.

வெறும் காய்களாக காய்த்துத் தொய்ந்து, மஞ்சள் வெளிச்சத்தில் விரிந்திருக்கிற இலவமரத்தின் அடிமரப்பச்சை எனக்குப் பிடித் திருந்தது. நான் அந்த மரத்தைப் பிடித்துக்கொண்டு நிற்கிறேன்.

“என்ன நியூஸ் போனில். அப்படியே உட்கார்ந்துட்டீங்க?” தோளில் கை உலுக்குகிறது.

“ஒன்றுமில்லை” என்று எழுந்தேன். ஏதாவது இருக்கும்போது எல்லாம் ஒன்றுமில்லை என்றுதானே உடனடியாகச் சொல்கிறோம்.

நான் அலுவலகத்திலிருந்து அறைக்கு வந்தபோது, சரவணன் சட்டைகளை அலசித் தொங்கவிட்டுக் கொண்டிருந்தார். நைலான் கயிற்றுக் கொடியில் அந்த சட்டைகள் ஈரம் சொட்டிக் கொண் டிருந்தன.

அண்ணியிடமிருந்து தொலைபேசி வந்ததைச் சொன்னேன். என்ன செய்யலாம் என்று யோசனை கேட்டேன். அண்ணனை இங்கே கூப்பிட்டுக்கொண்டு வரலாமா என்றதற்கு, ‘அவர் வருவாரா?’ என்று சரவணன் கேட்கவில்லை. “உங்க அண்ணி வரவிடுவாங்களா?” என்று கேட்டுக்கொண்டே சிகரெட் பற்ற வைத்தார்.

“உங்க அண்ணன் சொல்லிக்கிட்டே இருக்கிறாரே கோமதி, அவங்க இப்போ தற்செயலாக இங்கே வந்து சேருகிறாங்க, வச்சுக்குவோம். ‘எப்படி இருக்கே கிட்டு, அண்ணன் எப்படி இருக்கிறாங்க, எல்லாரும் சௌக்யமா, ஊருக்குப் போனால் கேட்டதாகச் சொல்லு’ என்று சொல்றாங்க”. சரவணன், புகையைச் சிரித்துக்கொண்டே ஊதினார்.

“எப்படி இருக்கும்னு கேட்கிறீங்களா?”

“ஊருக்குப் போகும்போது நீங்க அவங்க கேட்டதாகச் சொன்னதைச் சொல்லுவீங்களா, மாட்டீங்களா? கேட்கறேன்.”

“சினிமாவுல வர வசனம் மாதிரி இருக்கு.”

“உங்க இலவமர சீன் மட்டும் சினிமா மாதிரி இல்லையா?” சரவணனின் சிகரெட் புகையும் சலவை செய்து அலசிய சோப்புமாக அறையில் கலவையாக ஒரு நெடி அடித்தது.

“வேலைக்கும் போகமாட்டேன் என்கிறாராமே, அது அல்லவா சிக்கலா இருக்கு; கிறுக்குத்தனமா ஏதாவது பண்ணிவிடக்கூடாதே. ரெண்டு சின்னப் பொட்டைப் பிள்ளைகள் வேறே இருக்கு.”

“ஆம்பளைப் பசங்க என்றால் பரவாயில்லையா?” சரவணனின் சிரிப்பு உதட்டின் ஓரத்தில் ஒரு புள்ளியாக மட்டும் துடித்துக்

கொண்டிருக்க, அவர் குப்புற நசுக்கி அணைத்த சிகரெட்டிலிருந்து பறந்த கங்கு சிவந்து அப்புறம் போனது.

“அண்ணி வீட்டில் இல்லாத நேரமாய் போயி அண்ணன் கிட்டே பேசிக்கிட்டே இருங்க. வெளிப்படையாகப் பேசச் சொல்லுங்க அவரை. பேச்சு ஒண்ணுதான் மருந்து இதுக்கு. இறைச்சு இறைச்சு வெளியே ஊத்திக்கிட்டே இருக்கணும். ஹாங்கர்லே தொங்குகிற இந்த ஈரச்சட்டைமாதிரிக் கொஞ்சம் கொஞ்சமாகத்தான் காயணும் எல்லாம். காய்ஞ்சுட்டுதேண்ணு தேய்ச்சுப் போட்டுட்டுப் போனா மறுபடியும் அழுக்காகத்தான் செய்யும்.”

“அதுக்காக சட்டையே போடாம இருக்க முடியுமா?”

“சட்டை போடாமல் இருக்க முடியாதுண்ணு இரண்டு பேருக்கும் தெரிந்தால் சரிதான்.” சரவணன் சொல்லச் சொல்ல அவர் முகத்தையே பார்த்துக் கொண்டிருந்தேன்.

காலர் என்கிறதே அழுக்குப்படுகிற இடம்தானே எப்பவும். சரவணன் காலி பிளாஸ்டிக் பக்கெட்டைக் குனிந்து எடுத்தார். நான் காலண்டரை ஒரு தடவை பார்த்து சனி, ஞாயிறு வருகிற தேதியில் பார்வையை நிறுத்தினேன்.

“அப்போ சனி, ஞாயிறு வேண்டாமா சரவணன்?”

மற்ற நாள்கள் என்றால்தான் அண்ணன் கொஞ்சம் தனியாக இருப்பார் என்று அவர் சொன்னது சரியாகத்தான் பட்டது.

நான் போகும்போது மதினி மட்டும்தான் இருந்தார்.

“அண்ணன் இல்லையா, மதினி?”

“அதிசயமா இரண்டு நாளாக ஆபீசுக்குப் போயிக்கிட்டு இருக்கார்!” மதினி தலைக்குக் குளித்திருந்தார்கள். தலைமுடி தளர்ந்து கிடந்தது. முகத்தில் அளவுக்கு அதிகமான மஞ்சள். நுரையும் அலையும் மாதிரி கருத்த நிறத்துடன் மஞ்சளின் பூச்சு மோதிக்கொண்டே இருந்த முகத்தில் கண்கள் பளீரென்று புரண்டன.

மஹேஸ்வரியையும் அவள் கணவரையும் பற்றி அண்ணன் சொன்னது மதினியின் கண்ணுக்கும் பொருந்தும் என்றுதான் தோன்றியது. வெள்ளைப்பூண்டு மாதிரித் துருத்திக்கொண்டிருக்கிற இந்தக் கண்கள் கண்ணாடி அணிந்ததும் முழுச் சோபையையும் இழந்துவிடும் போல.

"அண்ணன், அவராகவே ஆபீசிற்குப் போயிட்டாரா?" என்ற என் கேள்விக்கு நேரடியாக மதினி எந்தப் பதிலும் சொல்ல வில்லை.

"ரெண்டு நாளாகத்தான் மனசுக்குக் கொஞ்சம் நிம்மதியா இருக்கு. ரொம்ப காலத்துக்குப் பிறகு குளிச்சு முழுகி நல்ல சேலைன்னு இன்றைக்குத்தான் கட்டியிருக்கேன்." சரசு மதினி பள்ளிக்கூடம் போகும்போது அநேகமாகத் தினம்தோறும் மாற்றி மாற்றி அணிகிற நூல் சேலைகளில் ஒன்றை மறுபடியும் இன்றைக்குக் கட்டியிருந்தார்கள். ஒருவிதமான அடர்த்தியான பொன் மஞ்சளில் கட்டம் போட்டிருந்த அந்த புடவைத் தலைப்பின் நூலைப் பிரித்துவிட்டுக் கொண்டே அழுதார்கள்.

அவர்களுக்குப் பின்பக்கம், அடுக்களையில் கழுவிக் காய வைத்திருக்கிற பாத்திரங்களின் விளிம்புகளில் வெயில்பட்டு மினுங்கிக் கொண்டிருந்தது. மண்ணும் சாம்பலும் போட்டு அரக்கி அரக்கித் தேய்த்து அம்மா கவிழ்த்துகிற என்னுடைய அலுமினியச் சாப்பாட்டுத்தட்டும், உற்றுப்பார்த்தால் அதில் தெரிகிற லட்சக் கணக்கான கோடுகளும் ஞாபகம் வந்தது. அதே அளவு நுட்பமான தேய்மானங்கள் உள்ள ஒரு பாத்திரம் போல, மதினி அந்த மரஸ்டூலில் உட்கார்ந்திருப்பதையும் பார்க்கக் கஷ்டமாக இருந்தது.

"வருத்தப்படாதீங்க மதினி" என்று ஆரம்பித்தேன்.

நான் குறைவாகப் பேசின மாதிரியும் இருந்தது, நிறையப் பேசினது மாதிரியும் இருந்தது. இண்டு இடுக்கு விடாமல் எல்லாவற்றையும் பேசவேண்டாம் என்றுதான் எனக்குத் தோன்றியது. பெயர்கள் சொல்லாமல், நபர்கள் மட்டும் அடையாளம் தெரிகிற மாதிரி மதினியும் ஒவ்வொன்றாகச் சொல்லிக்கொண்டே போனார்கள்.

கால்களை மட்டும் தண்ணீருக்குள் தொங்கப்போட்டுக் கொண்டு, குளத்தங்கரைக் கலுங்கில் இருந்து பேசுகிற மாதிரி இருந்தது. அடுப்புத்தணலையும் சரிசெய்துகொண்டு சப்பாத் தியையும் கல்லில் புரட்டிப்போடுவது மாதிரி இருந்தது. பீங்கான் தட்டில் வெயிலில் காயவைத்திருந்த மாங்காய்க்கீற்றுகள் தானாகப் பழுத்துப் புளிப்பும் இனிப்புமாய் ருசிப்பதுபோல இருந்தது. புறவாசல் கம்பிக் கொடிகள் காலியாகக்கிடக்க காக்கைகள் உட்கார்ந்து பறக்கும்போது உலோக கிளிப்புகள் மட்டும் குலுங்குவது போல இருந்தது. தினசரி நடமாடிப் பழகின அணில் எட்டிப் பார்த்து விட்டு ஓடுவது போல இருந்தது. சின்ன ஊறுகாய்ஜாடியின்

வெள்ளையும் பழுப்பும் நிறைந்த வழவழப்பு எத்தனையோ காலமாக அப்படியே இருப்பது சந்தோஷமாக இருந்தது. புகைப் படங்களின் மேல் வைத்த சந்தனக் குங்குமத்தைத் துடைத்ததும் கண்ணாடிக்குக் கீழ் தாத்தா முகம் உயிர்பெறுவது மாதிரி இருந்தது.

“பொழுது போனதே தெரியலை, கிட்டு. புள்ளைகளுக்கு ஸ்கூல் விடுகிற நேரம் ஆச்சு.” காலி காப்பித் தம்ளர்களைச் சேகரித்துக்கொண்டே மதினி எழுந்திருந்தார்கள்.

“சைக்கிளை எடுத்துக்கிட்டுப் போய், நான் கூட்டிக்கிட்டு வாரேன் ரெண்டு பேரையும்” என்று நான் சொல்லும்போது, “மகராஜனாகப் போயிக் கூட்டிக்கிட்டு வா” என்று உள்ளே போனார்கள். இயல்பாகப் பேசும்போது குரலில்கூட என்னென்ன வெல்லாமோ வந்து சேர்ந்து விடுகிறது.

“காற்று இருக்காண்ணு பார்த்துக்கோ” என்று மறுபடியும் ஒரு சத்தம் அடுப்படியில் இருந்து வந்தது. இதேபோல இன்னும் ஏதாவது பேச மாட்டார்களா என்றுதான் எனக்கு இருந்தது.

•

சைக்கிளை நிறுத்திவிட்டு, ஹாண்டில் பாரில் தொங்கிக் கொண் டிருந்த தண்ணீர் பாட்டில்கள், பிள்ளைகள் கழற்றிப் போட்ட காலணிகள், உறைகள் எல்லாவற்றையும் எடுத்துக் கொண்டு வரும்போது அண்ணனின் செருப்புகள் கிடந்தன. எல்லோரையும் போல வாசலுக்கு வெளியே கழற்றாமல், வாசல்படி தாண்டி வீட்டுக்குள் நுழைந்ததும் மர அலமாரியின் பக்கம் செருப்புகளை விடுவது அவர்தான்.

‘அண்ணன் வந்தாச்சா அதற்குள்ளே’. மதினியுடன் பேசிக் கொண்டிருந்த பேச்சு, ஸ்கூல் வாசலில் நிற்கும்போது இரண்டு பிள்ளைகளும் ஓடி வந்த ஓட்டம் எல்லாவற்றிலும் தொடர்ந்து கொண்டே வந்த மனநிலையுடன் அண்ணனிடமும் பேசிவிட்டு, அவர் தோளில் இருந்து கட்டிலுக்கும், கட்டிலில் இருந்து ஜன்னலைப் கம்பிக்கும் தாவி அப்படியே குருவிமாதிரிப் பறந்து போய் விடலாம் போல இருந்தது. கட்டில் பக்கம் பார்த்துக்கொண்டே போனேன்.

துணி எதுவும் விரிக்காத மரக்கட்டில் ஒரு சோர்வை உண்டாக்குவது போல அகலமாகக் கிடந்தது.

சட்டையைக் கழற்றிக் கோட் ஸ்டாண்ட் முனைகளில் போட்டுக் கொண்டிருந்த அண்ணன், அந்த அறைக்குள் முழுவதுமாகக்கூட நான் நுழையாத நிலையில், என்னைப் பார்த்தபடியே கையிலிருந்த சட்டையைச் சுருட்டித் தரையில் வீசிக்கொண்டு–

"நான் இல்லாத நேரத்தில் எல்லாம் உன்னை எவன் வீட்டுக்கு வரச் சொன்னான்?" என்று கத்தினார்.

"நீ என்னைப் பார்க்க வந்தியா, அவளைப் பார்க்க வந்தியா?" என்று கீழே கிடந்த சட்டையை மறுபடியும் காலால் ஒரு எற்று எற்றினார்.

சட்டையைவிட அண்ணனுடைய கால்தான் ரொம்ப அழுக்காக இருந்தது.

– 'புதிய பார்வை', ஏப்ரல் 1997

சந்தோஷம்

"கண்ணு ரொம்பச் சிவந்து போயிருக்கா?"

கண்களை அகல விரித்துக்கொண்டதோடு மட்டுமல்லாமல், இரண்டு - மூன்று விரல்களால், ஈஸ்வரி கண்களின் கீழ்ப்பகுதியை இழுத்துக்கொண்டு கேட்டாள். ரொம்பச் சந்தோஷமாக இருந்தது அவள் முகம்.

"பின்னே சிவக்காமல் என்ன செய்யும், இப்படித் தண்ணிக் குள்ளேயே ஒரு மணி நேரத்துக்கு மேல முங்கிக்கிட்டுக் கிடந்தால்?" சொன்னேனே தவிர, அந்த அகன்ற கண்களோடு தண்ணீருக்குள் நிற்கிற அவளை அப்படியே இழுத்துக் கட்டிக்கொள்ள வேண்டும் போலத்தான் இருந்தது.

அதென்ன அப்படி ஒரு சந்தோஷம், அப்படி ஒரு அழகு. இந்த அழகு பூராவும் அந்த ஆற்றுக்குள் அடிமணலில் வண்டல் போலப் படர்ந்திருப்பது போலவும் ஈஸ்வரி ஒவ்வொரு தடவை முங்கிக் குளிக்கிறபோதும், ஒரு குத்து அழகை அள்ளிக்கொண்டு மேலே வருவது போலவும் இருந்தது.

ஈஸ்வரி நிஜமாகவே படக்கென்று தண்ணீருக்குள் முங்கி, நீந்தி, அப்புறம்போய் எழுந்திருந்தாள். தலைதெரிவதற்கு முன்பு கை தெரிந்தது. தண்ணீரைக் கிழித்துக்கொண்டு உயர்ந்த கையில், மணல், பொன்துகள் போலச் சூரியனில் மினுமினுத்தது.

ஈஸ்வரியை அப்படியே தூக்கிக்கொண்டு ஓடிவிட வேண்டும் போல இருந்தது. உருளை உருளையாகக் கிடக்கிற இந்த உருட்டுப்

பாறைகளைத் தாண்டி அவளைத் தூக்கிப் போய்விட முடியுமா என்ன? இருபத்தேழு வருஷங்களுக்கு முன்னால், கல்யாணம் ஆன சமயம், இந்தப் பாக்கு மரத்தோப்புக்குள் துரத்திக்கொண்டே ஓடி, ஓடினவாக்கில் எட்டிப் பிடித்து, அப்படியே தூக்கிக்கொள்ளும் போது ஈஸ்வரி ஒரு பொம்மை போலத்தான் இருந்தாள்.

கல்யாணத்திற்கு வந்திருந்த எட்வின் செல்வராஜ் வேறு மாதிரியாகச் சொன்னான், ‘என்னப்பா, பாக்கெட் டயரி மாதிரி இருக்காங்க உன்னோட மிஸஸ். எப்பவும் சட்டைப் பையில் போட்டுக்கிடலாம் நீ!’ அது சரியாகத்தான் இருந்தது. ஒரு கையடக்கப் புத்தகம்போல் ஈஸ்வரி கூடவேதான் இருந்தாள்.

இப்போதுகூடப் புத்தகம்தான். ஆனால் அவ்வளவு எளிதாக எல்லாம் தூக்கிவிட முடியாது.

●

மகள் தினகரியிடமிருந்து எங்களுக்குத் தொலைபேசி வரும்போது இரவு பதினொன்றரை மணி இருக்கும்.

“சௌகரியமாக டில்லி போய்ச் சேர்ந்து விட்டோம்.” முதலில் தினகரியின் கணவர், மிகவும் மரியாதையான ஆங்கிலத்தில், போய்ச் சேர்ந்த விவரம் சொன்னார்.

“சீக்கா எப்படி இருக்கான்?” ஈஸ்வரி படுக்கையில் இருந்து கொண்டே கேட்கிறாள். சீக்கா என்றால் ஸ்ரீகாந்த். எங்களுடைய ஆறுமாதப் புத்தம் புதுப் பேரன்.

எதிர்ப்பக்கம் தினகரி பேசப்பேச, இங்கே ஈஸ்வரி சந்தோஷத்தில் என்னென்னவோ செய்கிறாள். போர்த்தின போர்வையோடு நகர்ந்து வந்து என் பக்கம் படுத்துக் கொள்கிறாள். என்னுடைய ஒரு கையைப் பிடித்து நெருக்கிக் கொண்டே மேலும் பேசுகிறாள். விரல்களை எடுத்து முத்திக்கொள்கிறாள். தொலைபேசியை வைத்து விட்டுக் கட்டிலின் நடுவிலேயே முழங்கால்களைக் கட்டினபடி உட்கார்ந்து கொள்கிறாள்.

மகளுடன் பேசினபிறகு ரொம்பவும் புதிதாக ஆகிவிட்டது போல இருக்கிறது முகம். ஏற்கெனவே பாதி ராத்திரி தாண்டி யிருக்கும்.

“ஏதாவது சாப்பிடுவோமா?” என்கிறாள்.

நான் ஒன்றும் சொல்லாமல் இருக்கிறேன்.

"பழம் சாப்பிடுகிறீர்களா?" என்கிறாள்.

நான் அதற்குப் பதில் சொல்வதற்கு முன்பே, பழத்தை எடுத்துக் கொண்டு வருகிறாள். கட்டில் அருகில் தரையில் உட்கார்ந்து, தொங்கவிட்டிருக்கிற என் கால்களின் மேற்பகுதியில் முகத்தைப் புதைத்தபடி, "எங்கேயாவது போவோமா ரெண்டு நாள்!" என்று கேட்கிறாள். இரண்டு நாள் என்பதற்கு இரண்டு விரல்கள் உயர்ந்திருக்கின்றன.

"எங்கே போகலாம்?"

"எங்கேயாவது?"

"எங்கேயாவதுண்ணா?"

"எங்கேயாவதுண்ணா எங்கேயாவதுதான்." ஈஸ்வரி மோவாயால், ஒரு மீன்கொத்தி கொத்துவது போல், என் முழங்கால் பக்கம் மோதிக்கொண்டும் விடுபட்டுக்கொண்டும் இருந்தாள். அவளுடைய தலையை வருட வருட, நரை பிரிந்த முடி பிலுபிலுவெனச் சிலிர்த்துக் கொண்டது.

நான் அந்த ஊரைச் சொன்னேன்.

"கடல் வேண்டாம்." ஈஸ்வரி தவிர்த்தாள்.

இன்னொரு ஊரைச் சொன்னேன்.

"அருவியும் வேண்டாம்." ஈஸ்வரியின் பதில் ஆச்சரியமாக இருந்தது.

"யோசிச்சுச் சொல்லு, அருவியும் வேண்டாமா."

ஈஸ்வரி தலையைத் தீர்மானமாக இடது வலதாக அசைத்தாள். சில பொழுதுகளில், சிறு அசைவுகள்கூட அப்படி அசைகிற முகங்களை அருமையானதாக்கி விடுகின்றன.

"ஆறு?" நான் கேட்கும்போது ஈஸ்வரியின் கை என் கண்ணாடியைக் கழற்றிக்கொண்டு இருந்தது.

"ஆறும் கோயிலும்" என்று ஈஸ்வரி சொல்லிக்கொண்டு கட்டிலின் மறு விளிம்பிற்கு வந்தாள்.

"அப்போ சிவசைலம்." நான் இதைச் சொல்லி முடிக்குமுன்னே ஈஸ்வரி மேலே வந்து அப்பிக் கொண்டாள்.

●

ஆறு பெருகின மாதிரி இருந்தது; இரண்டு கரையையும் தொட்டது மாதிரி இருந்தது. உற்றுக்கேட்டால், ஆறு பாடுவது மாதிரி இருந்தது. மீன் துள்ளியது. துள்ளின மீனின் விலாவிலுள்ள செதில், நிலவில் பளபளத்தது. ஆறு முழுவதும் பூவாக நிரம்பியது. பூ அலம்பிப் பூ அலம்பிப் பூ மிதந்தது. பூவாசம் அடித்தது.

ஈஸ்வரியைத் திரும்பிப் பார்க்கையில் அயர்ந்து தூங்கிக் கொண்டு இருந்தாள். விடிவிளக்கின் நீல வெளிச்சத்தில் ஒரு சித்திரம் போல இருந்தது, அப்படித் தூங்கினவிதம். நதியைப் பற்றின அந்த ஒலிநாடா கேட்க வேண்டும் என்று தோன்றியது. புல்லாங்குழல் இசை அந்த நாடாவில் இருந்து பெருகும்போது ஈஸ்வரி சற்றுப் புரண்டு படுத்தாள்.

புல்லாங்குழல் இசையில் இருந்து தாழம்பூ வாசனை வருமா என்ன? எனக்கு வருவது போல இருந்தது. தாழம்பூ வாசனை அறை முழுவதையும் தூக்கி அடித்தது. சிவசைலம் ஆற்றுக்குள், கோயிலின் காவிப்பட்டை நெளிந்தது. தாழம் புதர்தோறும், கை கையாகப் பூ வெடித்து, மெத்துமெத்தென மகரந்தம் கொட்டியது.

ஈஸ்வரி ஆற்றுக்குள்ளிருந்து உயர்த்தின கையில் மினுமினுப்பது கூட அந்த மகரந்தமாக இருக்குமோ?

●

“சாமி கும்பிடாமத்தான் இன்றைக்கு ஊருக்குப் போகப் போறோம்.” நான் கரையிலிருந்து சொல்லும்போது–

“அதெல்லாம் கும்பிடுவோம்.” ஈஸ்வரி தண்ணீருக்குள்ளிருந்து கரைக்கு வந்து கொண்டிருந்தாள்.

“நடையை அடைக்கத்தான் போறாங்க.”

“அதெல்லாம் இல்லை, நடை திறந்துதான் இருக்கு.” ஈஸ்வரி படித்துறையில் ஒவ்வொரு படியாக ஏறினாள். ஈரம் சொட்டச் சொட்டக் கல்மண்டபத்தில் புடவை மாற்றிக் கொள்ளும்போது ஏதோ பாட்டுப் பாடினாள். ராத்திரி ஒலித்த புல்லாங்குழல் பாடல்.

“நீ முழிச்சுக்கிட்டுத்தான் இருந்தியா.”

“சிலபேர் கேட்கிறமாதிரித் தூங்கிறாங்க, சில பேர் தூங்கிற மாதிரிக் கேட்கிறாங்க.” ஈஸ்வரி புடவைத்தலைப்பைச் சரிபண்ணிக் கொண்டாள். கைப்பையில் இருந்த வட்டக்கண்ணாடி பார்த்துக் குங்குமம் இட்டபோது, அந்தச் சிறு கண்ணாடிக்குள் நானும்

தெரிகிறமாதிரி சற்றுத் திரும்பிச் சிரித்தாள். கண்ணாடியில் ஆற்றங்கரையின் புன்னைமரம், மருதமரம் எல்லாம் விழுந்து அப்புறம் போனது. கோபுரம் தெரிந்தது.

ஆளே அற்ற கோயிலில் நாங்கள் மட்டும் நின்று கொண்டிருந்தோம். கருவறை இருட்டு எவ்வளவு அடர்த்தி. எவ்வளவு அழகு.

கற்பூர ஆரத்தித்தட்டு அடுக்குச் சுடராக ஏறி இறங்கி அம்மன் முன்னால் அசைந்தது.

"அம்மன் முகத்தைப் பார்த்தீங்களா, ரொம்பச் சந்தோஷமாக இருக்கிறமாதிரி இருக்கு." ஈஸ்வரி சொன்னாள்.

"சந்தோஷமாக இருக்கிறவங்களைப் பார்த்தால், பார்க்கிறவங்களுக்கும் சந்தோஷமாகத்தானே இருக்கும்." கோயில் அர்ச்சகர் கற்பூரத்தை நீட்டிக்கொண்டே அசரீரி மாதிரிச் சொன்னார்.

சந்தோஷத்தையே ஒற்றிக்கொண்ட மாதிரி இருந்தது.

– 'சென்னை வானொலி' 1996

சில வாழைமரங்கள்

ஊர் ஞாபகம் வந்தால் நேராக சைலப்பன் வீட்டிற்கு வந்து விடுவேன். அவனும் என்னைப் போல இந்தப் பட்டணத்தில் வந்து எலிப்பத்தயத்தில் மாட்டினது மாதிரித் திணறிக்கொண்டு தான் இருக்கிறான். என்னைவிட அவன் கூடக் கொஞ்சம் கஷ்டப் படுகிறான் என்றுதான் சொல்ல வேண்டும். அதில் என்ன விசேஷம் என்றால், இவ்வளவு கஷ்டத்திற்கு இடையிலும் அவன் பேச்சு இன்னும் எங்கள் ஊர்ப் பேச்சாகவே இருக்கிறது.

எனக்கென்னவோ ஊர் என்பது மனிதர்கள் மூலமாகவும், மனிதர்கள் என்பவர்கள் தங்களது பேச்சு மூலமாகவே பளிச் பளிச்சென்று அடையாளம் காட்டிக் கொள்வது போலவும் தோன்றுகிறது. வனாந்திரங்களில் அடைக்கலாங்குருவிச்சத்தம் கேட்டதுமாதிரி, திரும்பத் திரும்ப, இந்தப் பேச்சும் சொற்களுமே நகரத்தின் புழுதிகளுக்குள் புதையுண்டு போய்க்கொண்டிருக்கிற எங்களுடைய ஊர்த்தெருக்களையும், காரைவீடுகளையும் காப்பாற்றித் தருகிறது போல இருக்கிறது.

கரேர் என்ற மணல்மேடுகளுக்கு மேல் கால்களைப் பரப்பி உட்கார்ந்துகொண்டு, பரபரவென்று நான் இரண்டு கைகளாலும் தோண்டித்தோண்டி இரண்டு புறங்களிலும் மணலை வாரி இறைக்கிறேன். கல் உரல்களும் திருவைகளும் அடுப்புக்குழல் களுமாகத் தட்டுப்படுகின்றன, ஒரு பக்கத்தில். நடைவண்டிகளும் தொட்டில்கம்புகளும் மரக்குதிரைகளும் நுங்குவண்டிகளும் ஓலைக் காற்றாடிகளும் அகப்படுமா என்று வேகவேகமாகத் தோண்டுகிறேன். திருநீறும் சிவலிங்கங்களும் பட்டுப் பைகளும்

ஏடுகளுமாக இறைபடுகின்றன. நகக்கண்களுக்குள் சுத்தமான ஆற்றுமணலும் ஈரப்பதமும் படியப்படிய இன்னும் தோண்டத் தோண்ட ஊற்றுக் கசிய ஆரம்பிக்கிறது.

கலங்கல் தெளிந்து, அலையடித்து ஓடி, பளிங்குபோல ஆறும் பாறையுமாக அசையாதிருக்கையில், கூழாங்கற்கள் பளீரிடுகிற ஆற்றுக்குள்ளிருந்து தலைப்பாகையும் மீசையுமாகத் தாத்தா சிரிக்கிறார். கருப்பட்டிப் புகையிலையின் ஈரச்சதசதப்புடன் 'அங்குவிலாஸ்' தடையின் சுருக்கங்களைக் கிழித்துக்கொண்டு யாருடைய குங்குமப்பொட்டோ சிரிக்கிறது. அலசி எடுக்கப்பட்டது போல ஒரு நாற்றுக்கட்டு நெல், கீற்றும் சல்லிவேருமாக அலைந்து அலைந்து அலம்புகிறது.

முடி பிரியாமல் இளம் பச்சையாக அது கரையோரங்களில் ஒதுங்க ஒதுங்க, படித்துறையின் கல்குழிகளில் உரசிக் குளித்த மஞ்சள் மினுங்குகிறது. ஒன்றன் பின் ஒன்றாகக் கண்ணாடி வளையல்கள் உருண்டுருண்டு நீரின் படுகை முழுவதும் நிரம்ப, மீன்கள் மூச்சுக் குமிழியிட்டுக்கொண்டு, நீல – மஞ்சள் – சிவப்பு – அரக்கு – பச்சை வளையல் வட்டங்களுக்குள் நுழைந்து நுழைந்து மேலே நீர்மட்டத்திற்கு வர, பொட்டுப்பொட்டாக மழை பெய்யத் துவங்குகிறது ஆற்றின் மேல்.

'மணலுக்குள்ளே சிப்பி, வாரியல்குச்சி, வேப்பமுத்து இப்படி எதையாவது ஒளிச்சு வச்சிட்டுக் கிச்சுக்கிச்சுத் தாம்பாளம் விளை யாடுவோம். இப்பம் என்னடான்னா நம்பளையே இப்படி யாரோ இங்க கொண்டாந்து பூத்து வச்சிட்ட மாதிரி இருக்கு. விளையாட்டு லேயாவது இரண்டு பேரில் ஒருத்தருக்கு, எங்கே, என்னத்தை ஒளிச்சுவச்சோம்னு தெரியும். நம்ம கேசுல அதுவும் இல்லை. போகிறபோக்கைப் பார்த்தா, இப்படியே பூத்துவச்சிப் பூத்துவச்சி நாலு நாளைக்கப்புறம் நாம புழுத்து நாறின பிறகுதான் யாராவது மூக்கைப் பொத்திக்கிட்டுக் குனிஞ்சு பார்ப்பாங்கன்னு நினைக் கிறேன். குனிஞ்சு பார்ப்பாங்கண்ணுகூடத் திட்டமாகச் சொல்ல முடியாது. அப்படியே பொத்திக்கிட்டு நிமிர்ந்தாப்போல எதுத்த பக்கமாகப் போயிருவாங்க.' கடைசியாகப் பார்த்தபோது வாசல் வரை வந்து வழியனுப்பின சைலப்பன் என்னைப் பார்த்துக் கொண்டு சொன்னான்.

இன்றைக்கு என்ன சொல்லப்போகிறானோ தெரியவில்லை. என்ன சொல்லப் போகிறோம் என்று முன்தீர்மானம் செய்யாமல் அவ்வப்போது தோன்றுகிறதைச் சொல்லும்போதுதான் நன்றாக

இருக்கிறது. ஏதாவது சொல்லட்டும். சைலப்பன் சொல்லட்டும். அவன் அம்மா சொல்லட்டும். நார்க்கட்டில் கண்கள் வழியாக விழுகிற வெயில்மாதிரி, நான் உட்கார்ந்திருக்கிற தரை முழுவதும் அந்தப் பேச்சு மொய்த்துக்கொண்டு கிடக்கட்டும்.

'மொச்சுக்கிட்டு இருக்குதா, அப்படி என்றால்?' சைலப்பனின் பெண் சிரிப்பாள்.

'நம்ம ஊரில் என்றால் ஈ மொய்க்கும். இங்கே ஆள்கள் மொச்சுக் கிட்டு இருக்காங்க. வித்தியாசம் அவ்வளவுதான்.' சைலப்பனின் அம்மாவுக்கு முன்பற்கள் நீளம். கீழ் உதடு மேல் அவை பதிந்து கொண்டிருக்கும். ஆனால் சிரிக்கும்போது, பேத்திகளை – பக்கத்து வீட்டுப் பிள்ளைகளை இழுத்துவைத்துக் கொஞ்சும்போது எல்லாம் அந்தப் பற்களைப் போல அழகாகப் பற்பசை விளம்பரத்தில்கூட இருக்காது.

அழகு என்றால் என்ன? தன்னைப் போலவே இன்னொன்றை ஞாபகப்படுத்த வேண்டும். அப்படி உண்டாக்குகிற ஞாபகங்களின் அடுக்குகள் முடிவற்றதாகிப் பெருக வேண்டும். பெருக்கத்தின் தளும்பல் அற்ற நிலையில் – கிணற்றில் மிதக்கிற புளிய இலை மாதிரி – தானும் அசையாமல் இருந்து நம்மையும் அசையாமல் இருக்கப் பண்ண வேண்டும்.

அப்படிப் பார்த்தால் சைலப்பனின் அம்மா யார் யாரை எல்லாம் ஞாபகப்படுத்தி விடுகிறாள், அந்தப் பற்கள் மூலம். சிவக் கொழுந்து மாமாவை, விசேஷ வீடுகளுக்கு மட்டும் வந்துவிட்டுப் போகிற உகந்தான்பட்டி ஆச்சியை, பார்வதி டாக்கீஸ் பக்கத்தில் மணி ரைஸ்மில்லை ஒட்டி இருக்கிற வளவில் குடியிருக்கிற குஞ்சம்மா அத்தையை, 5–பி சொல்லிக்கொடுத்த ஐயர் ஸார்வாளை, சொக்கனுடைய ஊரிலிருந்து வந்து படிக்கிறாள் என்று அறிமுகப் படுத்தி வைத்த பமேலா ராதாவை…

இன்னொரு முகத்தை ஞாபகப்படுத்தாத முகம் என்ன முகம்? சிரிப்பு என்ன சிரிப்பு? நான் இப்படி எல்லாம், வேட்டியைத் தூக்கிப் பிடித்துக்கொண்டே நடந்து, 'இங்கே பால் பாக்கெட் கிடைக்கும்' என்று எழுதிப்போட்டிருக்கும் கடைகளையும், கிரேட் கிரேடாக ஊதா நிறத் தொட்டிகளில் அடுக்கி வைக்கப் பட்டிருக்கிற குளிர்பான பாட்டில்களையும், படம் படமாகத் தொங்கவிடப்பட்டிருக்கிற பாக்குப் பொட்டலங்களையும், அடகுக் கடைகளின் தணிந்த இருக்கைகளில் மூக்குத்தியைக் கழற்றிக் கையில் வைத்திருக்கிற பெண்களையும், பொதபொதவென்று

தெறித்துக் கிடக்கிற எருமைச்சாணியையும் தாண்டிச் சைலப்பன் வீட்டிற்கு வந்து கொண்டிருந்தேன்.

'இந்த ஊருக்கு வந்தால் மனுஷன்தான் மாறிப்போவான் என்றால், சாணியுமாய்யா இப்படி ஆகும்? எதைப் பார்த்தாலும் வாயால எடுக்க வருகிற இந்த ஊர்லே எப்படி உட்கார்ந்து இலைபோட்டுச் சாப்பிட முடியும்? அதுதான் நிண்ணுகிட்டே கையிலே வச்சு அள்ளி அள்ளிப் போட்டுக்கிட்டு ஓடுதாங்க ஒவ்வொருத்தரும். நிமிஷத்துக்கு ஒரு ரயில் விடுதான். அப்படி இருந்தும் படிக்கட்டுல தடதடண்ணு இவங்க ஓடிப்போகிறதைப் பார்த்தால், எனக்கு ஈரக்குலை எல்லாம் அறுந்து போகப் போறமாதிரிப் பதறுது!' என்று ஜிப்பா பைக்குள் ஒரு கையும் நிஜமாகவே மாரடைப்பு வந்துவிட்டது போல நெஞ்சில் ஒரு கையும் வைத்துக்கொண்டு சைலப்பன் என்னிடம் சொல்லும் போது, சாரைப்பாம்பு மாதிரிக் கீழே ரயில் உருவிவிட்டது போல் நெளிந்துகொண்டு கிடந்தது.

'இன்னும் அஞ்சு வருஷம் இந்த ஊரிலேயே இருந்தியாங் காட்டியும் நீயும் இப்படித்தான் தபதபண்ணு ஓடுவ.' சைலப்பனை இடித்துத் தள்ளிக்கொண்டு சொன்னவாறே யாரோ படிகளில் இறங்கி ஓடினார்கள்.

'நம்மளையும் சேர்த்து இழுத்துக்கிட்டுப் போய் ரயில்லே ஏத்தி விட்டுருவாங்க போல இருக்கே.' நான் சைலப்பனிடம் சொல்லும்போது, அவன் பாலத்திலிருந்து கீழே பார்த்துக் கொண் டிருந்தான். அலுமினியப் பெயின்ட் மினுமினுப்புக்கு அப்பால் மின்ரயில் நகர்ந்து கொண்டிருந்தது.

'இம்புட்டாவது அவனுக்கு என்கூடப் பேசணும்னு தோணுச்சே. மற்றவங்க எல்லாம், நாம பக்கத்துல போயி நிண்ணு பேசணும்னு ஆரம்பிச்சால்கூடப் பேச மாட்டாங்க போலேயே' சைலப்பன் சிரித்தான்.

'பாட்டிலிலே தண்ணி விற்கிற மாதிரி, இன்னங் கொஞ்ச நாளில இந்தமாதிரிப் பேச்சு எல்லாம் கூட டேப்புல வந்திரும்ணு நினைக்கலேன். அந்த ஊர்ப் பேச்சு, இந்த ஊர்ப் பேச்சு, அப்பாகூடப் பேசுகிறது, மகன்கூடப் பேசுகிறது. பெண்டாட்டிகூடப் பேசுகிறது என்று அது அதுக்கு டேப் வந்திரும். உத்தேசமாக நீ என்ன என்ன எல்லாம் பேசுவியோ, அதுக்குப் பதில் பேச்சு அதிலேயே இருக்கும். ஸ்விட்சைப் போட்டு, காதில் மாட்டிக்கிட்டே பேச வேண்டியதுதான்...' ஏதோ விளையாட்டாக ஆரம்பித்து விட்டேனே

தவிர, பேச்சுக்கு ஆளற்றுப் போவோம் என்ற நிலைமை எனக்கே கஷ்டமாகத்தான் இருந்தது.

சைலப்பன் தோளில் கை வைத்தான்.

'பயங்காட்டேதேப்பா' என்றான். அவனே கொஞ்சம் கழித்துச் சொன்னான்.

'நிஜத்துக்குப் பயப்பட்டு என்ன ஆகப் போகுது?' மேலும் நடந்துகொண்டே, 'இந்தத் தடவை ஊருக்குப் போயிருக்கும்போது பார்த்தேன் தெற்குப்புதுத் தெருவுலேயும் திருப்பணிமுக்குலேயும் தண்ணி இல்லாமல் அலையுதாங்க. இத்தனைக்கும் கூப்பிடுகிற தூரத்துல ஆறு.' சைலப்பன் வேறுமாதிரி ஆகிக்கொண்டே வந்தான்.

'ஆறுண்ணு எப்படிச் சொல்ல முடியும். இனிமே அதுக்கு வேறே பேருதான் வைக்கணும்.'

இதுபோன்ற சமயங்களில் நான் ஒன்றும் பேசாமல் கூடவே நடப்பேன். கையில் இருக்கிற நூல் கண்டிலிருந்து கரகரவென்று நூல் பிரிந்துகொண்டிருக்க, தனித்த பட்டமாகச் சைலப்பன் வானத்தின் நீலத்தில் அலைந்து கொண்டிருப்பான். பட்டத்தின் சதுரம் அலையாதிருக்க, வால்கள் மட்டும் படபடத்துக் கொண்டிருக்கும்.

'அஞ்சு வயசோ ஆறு வயசோ, சூர சம்ஹாரம் பார்க்க என்னைக் கூட்டிக்கிட்டுப் போயிருந்தாங்க. நான் அதையெல்லாம் பார்க்கலை. குறுக்குத்துறைக்கு ஒட்டின மணல்மேட்டில் உட்கார்ந்து, மணலை வாரித் தலையிலேயும் மேலிலேயும் போட்டுக்கிட்டு இருந்தேன். ரொம்ப காலம் வரைக்கும் அந்த ஆற்றுமணல்தான் தங்கம்னு நினைச்சுக்கிட்டு இருந்தேன். இத்தனை வருஷம் ஆயிப் போச்சு. இப்போகூட என் நகக்கண்ணுலே அந்த மண்ணு இருக்கும். உச்சந்தலையில இருக்கும். தொப்புள்குழியைத் துடைச்சுப் பார்த்தா மினுமினுண்ணு ஒண்ணு ரெண்டாவது மினுங்கிக்கிட்டு இருக்கும்.'

சைலப்பன் அந்த இடத்திலேயே நின்று விடுவான். சுண்ணாம்புத் தீற்றல் நிறைந்த தந்திக்கம்பத்துக்கு அருகில், சப்போட்டாப் பழங்களை விற்கிற தள்ளுவண்டிக்காரனின் அண்மையில், மலை மலையாகக் குவித்துப் போடப்பட்டிருக்கும் பிளாஸ்டிக் விளையாட்டுச் சாமான்களின் பின்னணியில், ஒரு குளிர்ந்த வெள்ளரிப்பிஞ்சு போல சைலப்பன் கிடப்பது மாதிரி இருக்கும்.

அந்தக் குளிர்ச்சிதான் எனக்கு வேண்டியதிருந்தது.

சைலப்பன் அலுவலகத்திலிருந்து வந்திருப்பானோ என்னவோ. புதிதாகச் சுரங்கப்பாதை திறந்திருந்தார்கள். போக்குவரத்தின் வேகமும் சீறலும் அதிர்வும் அந்த இடத்தையே வேறுமாதிரி ஆக்கிவிட்டிருந்தன. நடைபாதைக்கடையில் சில இடம் மாறி இருந்தன. ஒயின் ஷாப்புகளின் அதே மறைவிடங்களிலிருந்து அதே மனிதர்கள் வாயைத் துடைத்துக்கொண்டு வந்தனர். 'தீ மிதி விழா' என்று அம்மன்கோயில் முன்பு பெரிய போர்டு இருந்தது. சைக்கிள்ரிக்ஷாக்காரரும் செருப்புத்தைப்பவரும் ஒரே செய்தித் தாளைப் படித்துக் கொண்டிருந்தனர்.

'ஏதடா சாக்குண்ணு ரெடியா யோசிச்சுக்கிட்டு இருப்பார்களோ என்னவோ. இந்த சப்வே திறந்ததுக்கும் வீட்டு வாடகைக்கும் என்ன சம்பந்தம் இருக்கு. அங்கங்கே இருநூறு – முந்நூறுண்ணு வாடகையை ஏத்திட்டாங்க. நம்ம வீட்டுப் புண்ணியவான் என்னைக்கு ஓலை அனுப்பப் போறானோ தெரியலை!' போன தடவையே சைலப்பன் சொல்லிக் கொண்டிருந்தான். என்ன ஆயிற்று என்று தெரியவில்லை.

சைலப்பன் இப்போது இருக்கிற வீடும் அடுக்கு வீடுதான். ஆனால் கீழ் வீடு. ஊரில் சம்பந்தமூர்த்தி கோயில் தெரு நடுவளவுக்குள் போகிற மாதிரி, தெருவிலிருந்து உள்ளே போய், இடது பக்கமாகப் போனால் கடைசி வீடு.

சைலப்பன் அறை நன்றாக இருக்கும். சைலப்பன் அறை என்றால் அவனுக்கு என்று தனியாகவா இருக்கிறது. பெரும்பாலும் சைலப்பன் அங்கேயே இருப்பதால் அல்லது நானும் அவனும் உட்கார்ந்து பேசுவதால் அப்படி ஒரு பெயர். அடுத்த வீட்டு மாமரம், துணி காயப் போடுகிற பெண்கள், கொடிக்கம்பியில் உட்கார்ந்து சத்தம் போடுகிற காக்கை எல்லாம் சேர்ந்து அந்த அறையை அழகாக்கி விடுகின்றன. பக்கத்தில் இருக்கிற ஒன்று இங்கே இருக்கிற ஒன்றைப் பளிச்சென்று ஆக்குகிறது நல்லது தானே. உள்ளே இருக்கிற வெளிச்சத்தைவிட, வெளியேயிருந்து வருகிற சாய்ந்த வெயில் ரம்மியமில்லை என்று எப்படிச் சொல்ல முடியும்!

நான் எப்போதோ எந்த ஊரிலோ ஜன்னல் கம்பி வழியாக விழுவதாகப் பார்த்த சாயங்கால வெயிலை, சைலப்பன் அறையில் கற்பனை செய்துகொண்டே வெளிக் கதவைத் திறந்து இடதுபுறம் நடந்தேன். சுவரோரமாக நிறுத்தப்பட்டிருந்த வண்டிகளில் சைலப்பன் வண்டியும் நின்றது.

தூரத்தில் சைலப்பன் அம்மா நின்றார்கள்.

வெள்ளைச்சேலையும் வெள்ளைச்சட்டையும் திருநீறுமாக இருக்கிற அவர்களைப் பார்த்ததும் கும்பிட்டேன். அங்கேயிருந்து என்னை அடையாளம் தெரியுமோ இல்லையோ என்று நினைக்கும் போதே–

"அய்யா... வா... கும்பிடு எல்லாம் பலமாக இருக்கே. கபாலியாபிள்ளை மாதிரி கவுன்சிலருக்கு நிற்கப் போறியா" என்று அம்மா சிரித்தார்கள். அம்மாவுக்குப் பின்னால் மறைந்து கொண்டு நின்றது போல ஒரு கண்ணாடி போட்ட வயதான முகம் என்னைப் பார்த்துக் கும்பிட்டது. நரைத்த முடியை ஒதுக்கிக் காதுப்பக்கம் விட்டுக்கொண்டது. மரியாதையான வெட்கத்துடன் சற்று நகர்ந்து நின்றது. கை கும்பிட்டபடியே இருந்தது.

"என்னளா, நீயும் எலக்ஷன்லே நிற்கப்போறயா?" என்று சைலப்பன் அம்மா, கும்பிட்ட கையைப் பிடித்துத் தாழ்த்தினார்கள். சைலப்பன் அம்மா கையில் மண்புழு மாதிரி நரம்பு நெளிந்தது.

எனக்கு யார் என்று தெரியவில்லை. என்னை யார் என்று தெரிந்திருப்பது போல், அந்தக் கண்ணாடிக்குப் பின்னால் உள்ள கண்களில் ஒரு ஈரம் தெரிந்தது. முகத்துக்கு குங்குமம் நன்றாக இருந்தது.

'சினிமாவில் எஸ்.என். லட்சுமி வருவாங்களே, அவங்களை மாதிரி இருக்கே. யாரு அவங்க?' என்று சைலப்பனிடம் கேட்க வேண்டும் என்று தோன்றியது.

"சைலப்பன் வந்துட்டானா அம்மா?" என்று கேட்கும் போதே, "உள்ளேதான் அய்யா இருக்கான், போ" என்று சைலப்பனின் அம்மா சொன்னார்கள். இன்னும் அந்தக் கையைப் பிடித்த பிடி அப்படியேதான் இருந்தது.

சைலப்பன் பள்ளிக்கூடத்திலிருந்து வந்திருந்த மகளுடன் கதை பேசிக்கொண்டு இருந்தான். ஒரு மிக்சர் தட்டு பக்கத்தில் இருந்தது.

சைக்கிள் பழையதாய் போய்விட்டது என்று மகள் சொல்லிக் கொண்டு இருந்தாள். மேலே ஒரு துண்டை மட்டும் போட்டுக் கொண்டு, தினசரியின் ஞாயிற்றுக்கிழமை இணைப்பைப் பிரித்துப் படித்துக்கொண்டு சைலப்பன் படுத்திருந்தான். "பேனா நல்லா எழுதுதா?" என்று கேட்டுக் கொண்டான் இடையில்.

அவன் பேப்பர் படிக்கிற முறை, கேட்கிற இது போன்ற சாதாரணமான கேள்விகள், துண்டு போட்டிருக்கிற விதம் இப்படி ஏதாவது ஒன்றின் மூலம் திரும்பத் திரும்ப இந்த ஊருக்கே சம்பந்தமற்ற தன்னுடைய சாயலைத் தக்கவைத்துக் கொள்கிற மாதிரி இருக்கிறது. என்னதான் சைலப்பனுடன் நெருக்கமாக இருந்தாலும் இந்தமாதிரி இடங்களில் எல்லாம் அவன் என்னை விட்டு வெகு உயரத்திற்குப் போய் விடுகிறான். 'வேடிக்கையாக இருக்கு' என்று சைலப்பன் சொல்ல நேர்கிற நேரத்தில் அவனுடைய முகம் முழுவதும் அலைமாதிரிப் பரவுகிற சிரிப்பு மாதிரி ஒரு நாளும் என்னால் சிரிக்க முடியும் என்று தோன்றவில்லை.

"ஐயா, நான் உள்ளே வரலாமா?" கதவை நுனி விரலால் தட்டி, கழுத்துப்பட்டியைச் சரிசெய்வதுபோல் பாவனை செய்து கொண்டு தொண்டையைச் செருமுகிறேன். இதுபோன்ற நாடக பாவனைகள் மூலம்தான், மேற்படி சிரிப்பை எல்லாம் நான் ஈடுசெய்ய முயல்கிறேன். சைலப்பனின் பெண்ணுக்கு உடனடியாக இது பிடித்திருந்தது. அவளும் பாவனையாக ஸ்டெதஸ் கோப்பைக் காதில் அணிந்துகொண்டு, "டாக்டர் பிஸியாக இருக்கிறார். மருந்துக் கம்பெனிப் பிரதிநிதிகள் பத்து மணிக்கு வர முடியுமா?" என்று சொல்லிவிட்டு தெர்மா மீட்டரை உதறுவது போல் திரும்ப, "எவ்வளவு டெம்ப்ரேச்சர் டாக்டர்" என்று பக்கத்தில் உட்கார் கிறேன். சைலப்பன் மகள், நான் இரண்டு பேரும் சிரிக்கிறோம்.

"மிக்ஸர் எடுத்துக்கோ" என்று சைலப்பன் தட்டை நகர்த்து கிறான்.

"மாமாவுக்குக் காப்பி போடச் சொல்லு, பாப்பா" என்று மகளிடம் சொல்கிறான்.

"போட்டாச்சு" என்று குரல் வருகிறது.

"அம்மா ஆபிஸிலிருந்து வந்தாச்சா பாப்பா?"

"இல்லை, தங்கம்மை ஆச்சிப்பா."

"வந்து எடுத்துட்டுப் போறியாம்மா." மறுபடியும் அதே குரல் கூப்பிடுகிறது. சைலப்பன் மகள் போய் எடுத்துக்கொண்டு வருகிறாள். ஒரு டம்ளர், அதோடு ஒரு கிண்ணம். அதிகபட்சம் வேறுமாதிரி ருசியுடன் இருக்கிற காப்பி.

"இனிப்புச் சரியாக இருக்கா, பாப்பா?" மீண்டும் அடுப்படியில் இருந்து சத்தம் வருகிறது. கையில் சீனி டப்பாவும் கரண்டியும் தயாராக வைத்திருப்பது போலக் குரலில் ஒரு அவசரம்.

“நல்லா இருக்கு” என்று நானே உரக்கப் பதில் சொல்கிறேன். திரும்பிப் பார்த்துச் சொல்ல வேண்டும் போல இருக்கிறது. சைலப்பன் வீட்டில் இப்படிக் காப்பி சாப்பிடும் போது, வழக்க மாகக் காலி டம்ளரைக் கொண்டு போய்க் குழாயடியில் அலசுவது போல், அந்தப் பக்கம் போய் அலச வேண்டும் போல இருக்கிறது. முடியவில்லை.

“என்ன சுந்தரம், உனக்கு உபசாரம் பண்ணுகிறதில தங்கம்மை அத்தை எனக்குக் காப்பி கொடுக்க மறந்துட்டாங்க பாரு” என்று சைலப்பன் சிரித்தான்.

மீசை முடிகள்கூட நரைத்திருந்தாலும் சைலப்பனின் சிரிப்பிற்கேற்ப ஒரு விசிறி போல அது நெருக்கமாக விரிந்து கடைவாய்வரை பரவுவது நன்றாக இருந்தது. சைலப்பன் புகைபிடித்து, வெற்றிலை போட்டு எல்லாவற்றையும் அடியோடு இப்போது விட்டுவிட்டாலும்கூட, சிகரெட் பிடிக்கிறவன் உதடு மாதிரியே கருநீலமாகவும் சாம்பல் பூத்தும் இருந்தது. முத்தையா அத்தானுக்குத்தான் கீழ் உதடு இப்படி இருக்கும். பிளேயர்ஸ் சிகரெட் வாசனை அடித்தால் முத்தையா அத்தான் விசேஷ வீடுகளுக்கு வந்து விட்டதாக அர்த்தம். அது என்னவோ, தெரு வாசலில் பந்தல்போட்டு வாழை கட்டியிருப்பார்களே, அந்தப் பக்கத்தில் ஒதுங்கினாற்போல நின்றுதான் முத்தையா அத்தான் புகை பிடிப்பார். அதுக்காகவே வாழை கட்டிவைத்தது மாதிரி இருக்கும்.

“வாழைமரத்தைத் தொடணும் போல இருக்கு சைலு.” திடீரென்று நான் இப்படி பேசியது சைலப்பனின் மகளுக்குப் பிடிக்கவில்லை போல.

‘இரண்டு பேரும் ஆரம்பிச்சிட்டீங்களா’ என்று சொல்ல வில்லையே தவிர, எழுதிக்கொண்டிருந்த நோட்டுகளை எல்லாம் அடுக்கிக்கொள்ள ஆரம்பித்தாள்.

“பாப்பா, நீ வேணும்னா இங்கே வந்து படி. அவங்க பேசிக்கிட்டு இருக்கட்டும்.” மறுபடியும் குரல் வந்தது.

“ஆமாம்மா, இப்படி வந்திரு” என்று சைலப்பன் அம்மாவும் துணைக்குச் சொன்னார்கள்.

“சிபாரிசைப் பாருய்யா இவனுக்கு.” சைலப்பன் சிரித்துக் கொண்டே என்னுடைய தோளைத் தட்டினான். தோளைச் சற்று தாழ்த்தி, நான் குனிந்த அவசரத்தில் இடதுபுறம் இருந்த

காலி டம்ளர் கீழே விழுந்து உருண்டது. ஒரு டம்ளர் இப்படிக் கீழே விழுவதும் அதை யாராவது எடுப்பதும் சாதாரண விஷயம் தான். ஆனால் தங்கம்மை அத்தை வந்ததும், விழுந்த சத்தம் அடங்குவதற்குள் பட்டென்று அதை எடுத்துக்கொண்டு திரும்பிப் போனதும் முற்றிலும் வேறுவிதமாக இருந்தது. தோளுக்கு மேல் சட்டென்று சிறகு விசிறிக்கொண்டு ஒரு பறவை பறந்துபோன மாதிரி இருந்தது. கண்ணாடியைச் சரிசெய்துகொண்டு முகம் திரும்பும்போது என்னைப் பார்க்காமலே சிரித்தது போல இருந்தது.

“இவங்க யாருண்ணு தெரியுமில்லையா?” சைலப்பன் என்னைக் கேட்டான். வாசலில் யாருமில்லை. பிடுங்கி எடுத்த காற்று மறுபடியும் தன்னை நிரப்பிக் கொண்டதில் கண்ணுக்குத் தெரியாத அளவில் வெளிச்சம் அதிர்ந்து அடங்கினது. மாலை அணிவித்திருந்த சைலப்பன் அப்பா படத்துச் சட்டத்துக்குள் குத்தியிருந்த ஊது பத்தி அடிக்குச்சியையே நான் பார்த்துக் கொண்டிருந்தேன்.

“உலகத்தில ஒவ்வொருத்தர் இருக்கிற இடம் எப்படி எல்லாம் இருக்கு தெரியுமா?'' என்றுதான் சைலப்பன் ஆரம்பித்தான். இப்படிப் பேச ஆரம்பிக்கிற சமயம் எல்லாம் அவன் முகம் வேறு பக்கமாகத் திரும்பிக் கொள்ளும். வெற்றுச்சுவரையோ காலண்டர் தேதியையோ பார்ப்பது போல அப்படியே அசையாமல் இருக்கும்.

“தங்கம்மை அத்தைக்கு மாமா தாலி கட்டலையே தவிர, இரண்டாம் தாரம் மாதிரித்தான். முப்பது வருஷத்துக்கு மேலே எல்லாரும் ஒண்ணாத்தான் இருந்திருக்காங்க. பாபநாசம் மில்லுக் காரனுக்குக் கட்டிக் கொடுத்திருக்கே என் கடைசிக் கொழுந்தியா, அவ பிறக்கும்போது பேறுகாலம் பார்த்ததே தங்கம்மை அத்தை தான். என் வீட்டுக்காரியும் சரி, அவ அக்கா – தங்கச்சிகளும் சரி, இவங்களை அம்மை அம்மைண்ணுதான் கூப்பிடுகிறது. தங்கம்மை, தலைபின்னி விடு, தங்கம்மை, தோசைசுட்டுக் கொடு, காச்சல் அடிக்காண்ணு பாரு தங்கம்மை – இப்படி எதுக்கெடுத்தாலும் தங்கம்மைதான். இவங்க எல்லாத்துக்கும் அம்மையிண்ணா எனக்கு யாரு, அத்தைதானே.''

சைலப்பன் சற்றுத் திரும்பி என்னைப் பார்த்துச் சிரித்தான்.

“என்னோட மாமியாரும் இவங்களும் ஒத்துமையா இருந்ததுகூட பெரிசில்லை, எங்க அம்மாவும் தங்கம்மை அத்தையும் ரொம்ப ஒட்டுதல். பள்ளிக்கூடத்துல ரெண்டு பேரும் சேர்ந்து படிச்சவங்க மாதிரி ஆச்சரியமாக இருக்கும் அவங்களைப் பார்க்க. ‘இந்த

மனுஷி கூராக இருக்கப் போயில்லா, லாரி ஏஜெண்ட் பிள்ளை குடும்பம் இந்த மட்டுக்குமாவது எழுந்திரிச்சு நடமாடுது’ என்று இன்னைக்கு அம்மா சொல்லுவா. மாமா போயாச்சு, அத்தை போயாச்சு, எல்லாரும் போய்ச் சேர்ந்தாச்சு. ஆனால், தங்கம்மை அத்தை மாத்திரம் வந்து போயிக்கிட்டு இருக்கா. வரும்போது கூடப் பார்த்திருப்பியே, அம்மா முந்தாணியைப் பிடிச்சுக்கிட்டே வாசல் பக்கம் நிண்ணுருப்பாங்களே!”

அந்தச் சிவப்புச்சேலையும் மூக்குக்கண்ணாடியும் எனக்கு ஞாபகம் வந்தது. தள்ளுகதவு போல, சைலப்பனின் அம்மா முதுகுக்குள் ஒண்டிக்கொண்ட முகம் பக்கவாட்டில் நகர்ந்தது. காப்பித்தம்ளர் நுரை மினுமினுத்தது. சிறு சிறு ஒற்றை வார்த்தை களில் எங்கெங்கிருந்தோ வந்த குரல் மீண்டும் ஒலித்தது. பறவைவிசிறலாய் குனிந்து காலி டம்ளரை ஒரு கை எடுத்தது.

“ஜாஸ்தி பேசமாட்டாங்களோ, சைலு?”

“இன்னைக்குப் பேசினதே அதிகம்னுதான் சொல்லணும்.” சைலப்பன், வாசித்துக் கொண்டிருந்த தினசரியை அனிச்சையாக மடித்து, அதன் ஒவ்வொரு புறமாகத் திருப்பித் திருப்பி வருடிக் கொண்டே பேசினான்.

“யார் யாரெல்லாமோ நிறுத்தாமல் பேசிக்கிட்டு இருக்காங்க. அதுக்குப் பதிலா இவங்களை மாதிரி ஆள்கள் கொஞ்சம் அதிக மாகப் பேசலாமே.” நான் சைலுவைப் பார்த்துச் சொல்லும்போது, வாசலுக்கு அந்தப்புறம் மறைவாக இருந்துகொண்டு கை மட்டும் வந்து தண்ணீர்ச் செம்பை எடுத்தது.

“பேசுகிறதைவிட ஏதாவது தெரிஞ்சதைச் செய்துகிட்டே இருக்கலாம்னு தோணுது.” பக்கத்தில் இருக்கிற கிண்ணத்தையும் எடுக்கக் கை துளாவியது. ரப்பர் வளையல் அணிந்த தளர்ந்த கைகள். விரல்கள் கட்டுக் கட்டென்று இருந்தன. கிண்ணம் கைக்குள் அகப்படவில்லை.

“எல்லாத்துக்கும் ஏதாவது செய்தாலே, எல்லோர்கிட்டேயும் ஏதாவது பேசின மாதிரித்தான் இருக்கு.” இதைச் சொல்லுகிற தங்கம்மை அத்தையின் கையைப் பிடித்துக்கொள்ள வேண்டும் போல இருந்தது. கண்ணில் ஒற்றிக்கொண்டால் என்ன என்று தோன்றியது.

காப்பி ஆற்றிக் குடித்த அந்தக் கிண்ணத்தை எடுத்து அந்தக் கையில் வைக்கும் சமயம் என் சுண்டுவிரலோ பெருவிரலோ

ஏதோ ஒன்று தங்கம்மை அத்தை கையில் பட்டது. ஒரு சிறு பாத்திரம் நடுவிலிருக்க இரண்டு பேருடைய கைகளும் பட்டு, இரண்டு பேருமே கூச்சத்தோடு கைகளை விலக்கிக் கொண்டோம்.

தங்கம்மை அத்தை முகம் தெரிகிறதா என்று பார்த்தேன்.

"வாழைமரத்தைத் தொட்ட மாதிரித்தான் இருக்கு." தங்கம்மை அத்தை குரல் மட்டும் கேட்டது.

- 'புதியபார்வை', செப்டம்பர் 1997

யாளிகள்

திருவாரியமுத்து என்று ஒருவருக்குப் பெயர் இருக்கும் என்று தெரியும்போது, அவருக்கு அறுபது – அறுபத்தைந்து வயதிருக்கும்.

பெஸன்ட்நகர் மின்காட்டில் ஒரு இரும்புவாளியில் கொட்டிக் கொடுத்த சேதுவின் அம்மாவுடைய அஸ்தியைக் கரைக்க நானும் கடற்கரைக்குப் போயிருந்தேன். சேது, சேதுவின் அண்ணன், இரண்டு தம்பிகள் எல்லோரும் சாம்பல் கரைப்புக்கு உரிய சடங்குகளில் இருந்தார்கள்.

சேதுவின் அம்மா எந்த அழுகையும் மாரடிப்பும் அற்று இந்த நகரத்தின் மூன்றாவது மாடிக் கட்டடம் ஒன்றின் ஹாலில் கிடத்தப்பட்டிருந்தாள். ஏறி இறங்கிக் கொண்டிருந்த லிப்டில் பள்ளிக்கூடச் சீருடையுடன் பிள்ளைகள் வந்து கொண்டிருந்தனர். இஸ்திரி செய்த உடைகள் இதே தளத்தின் எதிர்வீட்டுக்கு அடுக்காகப் போயின. இன்னொரு மாடி ஜன்னலில் இருந்து, கீழே நிற்கிற காய்கறி வண்டிக்காரனிடம் தக்காளி என்ன விலை என்று விசாரித்தார்கள்.

என்னைத் தவிர யாருக்கும் அதிர்ச்சியாக இல்லை.

மூன்று தளங்களின் குறுகலான மாடிப்படிகளில் சேதுவின் அம்மா உடம்பு சுழற்றிச்சுழற்றித் திருப்பப்பட்ட நிலையில் கீழே எடுத்துச் செல்லப்பட்டபோதும், எனக்கு மட்டுமே பதற்றமாக இருந்தது. ஒரு வாடிய கனி போன்றிருந்த அந்த உடம்பு உருண்டு விடுவது போல அசைந்தசைந்து வந்தது.

ஆம்புலன்சின் பின்பக்க இணைப்புகளில் செருகப்பட்டபோது, அடுக்குக் கட்டடத்தின் மொட்டை மாடியில் கட்டப்பட்டிருந்த ஒரு கிழட்டு அல்சேஷியன் நாய் நொடிவிடாமல் குரைத்துக் கொண்டிருந்தது. கீழே இருந்து அண்ணாந்துபார்க்கையில், எதிர் வெயிலில் அந்தக் குரைப்பு மட்டும் சகல திசைகளிலும் தெறித்துக் கொண்டிருந்தது.

தெருவோரப் புற்களுக்கிடையில் சமீபத்தில் எப்போதோ வெடிக்கப்பட்ட ஆயிரம் வாலா சரவெடிகளின் சிவப்புத் தாள் சுற்றுகள் ஆம்புலன்ஸ் புறப்பட்ட வேகத்தில் சற்று இடம்பெயர்ந்து அடங்கின.

"நானும் அந்தச் சரவெடித்தாள்களைப் புற்களுக்கு இடையில் நேற்றுப் பார்த்தேன்" என்று என் பக்கம் வந்து சொன்னவர்தான் திருவாரியமுத்து. அவராகவே பெயர் சொன்னதுடன், "நான் உங்கள் நண்பன் சேதுவுக்குத் தாய் மாமா. இறந்துபோனவள் என் மூத்தசகோதரி. மூத்த சகோதரி என்பதைவிட, அக்கா என்று நான் சொல்லியிருக்கலாம்." சற்றே முகம் கலங்கி அவர் சிரித்தார்.

"சொல்வதற்கு இரண்டும் ஒன்றுபோல இருக்கின்றன. இரண்டும் ஆனால் ஒன்றில்லை, இல்லையா!" என்று தோளில் கிடந்த துண்டை அவர் சரிசெய்து கொண்டார்.

கடற்கரையில் ஈமக்கிரியைகளுக்காகக் காலையில் நிற்பது என்பதே என்னை அசைத்திருந்தது. வெயிலில் புரளாத கடல், காலெட்டுகிற தூரத்தில் இருக்கிறது. முன்பின் அறியாத பெரியவர் ஒருவர் என்னிடம் அறிமுகம் செய்து கொண்டு பேசுகிறார். பேசுவதும் வித்யாசமாக இருக்கிறது. சேதுவின் அம்மாவைப் போலவே இவரும் நல்ல உயரம். நல்ல நிறம். சதையும் தோலும் விலகினாற்போலத் தொங்குகிற அதே கழுத்தடி நரம்புகள். பழையகாலத்து 'வி' கழுத்துவைத்த கதர்ச்சட்டையும் வேட்டியும் கட்டிக் கொண்டு, கடற்பறவை தப்பித்து வந்து கரையில் பறக்கிற மாதிரி நிற்கிறார்.

நான் இரண்டு கைகளையும் கூப்பி வணங்கினேன்.

"என்னை யாரென்று தெரியாமல் நேற்றே நீங்கள் கும்பிட்டீர்கள். என்னை மட்டும் அல்ல, நிறையப்பேரை." அவர் என்னுடைய கும்பிட்ட கைகளின் நுனியைப் பிடித்துத் தாழ்த்தினார்.

"சமீப காலங்களில் தெரிந்தவர்களைவிடத் தெரியாதவர்களைக் கும்பிடுவது ஒரு பழக்கமாகவே ஆகிவிட்டது!" நான் சொல்லும் போது அவர் அனுசரணையாகத் தலையசைத்தார்.

“தெரிந்தவர்களை எதற்குக் கும்பிட வேண்டும், அவர்கள் தான் தெரிந்தவர்களாகி விட்டார்களே” என்று நான் சொன்ன போது–

“அப்படியானால் என்னை இனிமேல் கும்பிட அவசியமில்லை” என்று சிரித்தார். மிகவும் நெருக்கமான பல்வரிசை. வயதில் முதிர்ந்த ஒரு முகம்; அதன் போக்கில் சுருக்கங்களுடன் சிரிக்கிற தோற்றங்கள் பதிவு செய்யப்பட வேண்டியவை.

எந்தப் பக்கத்திலிருந்து வீசினார்கள் என்று தெரியவில்லை. யாரோ வீசி எறிந்த வெற்று இளநீர் கடலில் போய் விழுந்தது.

“கடலோ ஆறோ, மிதக்கிற அரளிப்பூக்களிலிருந்தும் இளநீரில் பச்சையிலிருந்தும் மரணத்தின் சாயலைப் பிரித்துவிட முடிவ தில்லை.” திருவாரியமுத்து சொன்னார்.

“அதேபோலச் செம்பருத்திப்பூக்களையும் பித்தளைக் குடங் களையும்.” நான் கடலில் மிதக்கிற வெற்று இளநீரையே பார்த்துக் கொண்டிருந்தேன்.

“பித்தளைக்குடங்களில் பெயர் வெட்டுகிறவர்கள் பிழைப்பு இப்போது எப்படி நடக்கும்?” அவர் சொல்லும்போது, உலோக விளிம்புகளில் மிகச் சிறிய உளிகளால் எழுதப்பட்ட ஏதேதோ பெயர்கள் எல்லாம் மீண்டும் வாசிக்கும்படி வந்தன. விரல் நுனிகளால் அரும்பரும்பாக உணரமுடிகிற அந்த எழுத்துகளுக்கு உரியவர்கள் பழைய பாத்திரக்கடைகளின் தராசுக்குக் கீழ்ப்பக்கம் இருக்கிற கோணிச்சாக்கில் நசுங்கிக் கிடந்தார்கள்.

“மன்னார்கோயில் ஆசாரி ஒருத்தர் எங்களுடன் இருக்கிறார்” என்று அவர் சொன்னபோது–

“நீங்கள் எங்கே இருக்கிறீர்கள் என்பதே எனக்குத் தெரியாது” என்றேன்.

“நிழலில் இருக்கிறேன்” என்று ஆரம்பித்துவிட்டு, “இதை வெயிலில் நின்றுகொண்டு சொல்ல வேண்டியதாயிற்று” என்று சிரித்தார்.

“நிழல் என்பது...?” என்று நான் தயங்கியபோது–

“ஒரு முதியோர் இல்லம், காப்பகம், விடுதி, ஆஸ்ரமம்; எப்படி யென்றாலும் வைத்துக் கொள்ளலாம். என்னைப் போல முப்பத் தெட்டு பேர். அறுபதிலிருந்து தற்போதைய நிலவரப்படி எண்பத்

தாறு வயதுவரை". திருவாரிய முத்துவின் குரல் எந்த அதிர்வுகளுமற்று, தகவல் சொல்வது போலத் திடமான குரலில் என்னிடம் சொல்லிக் கொண்டிருந்தது.

'அடுத்த என் கேள்வியை உத்தேசித்து விட்டவர் போல, நான் கல்யாணமே செய்துகொள்ளவில்லை" என்றார். தப்பித்து விட்டேன் என்பது போலவோ நிம்மதியாக இருக்கிறேன் ஒரு பிடுங்கல் இல்லாமல் என்பது போலவோ இல்லாமல், சாதாரணமாக இதை அவரால் சொல்ல முடிந்தது. முதலில் பார்த்ததில் இருந்தே எந்த முக்கியத்துவத்துக்கும் முயலாதவராகவே அவர் இருந்து கொண்டு வருகிறார்.

"எங்கள் குடும்பத்தில் இது ஒரு சாபம் என்று சொல்பவர்கள் உண்டு. நானும் அண்ணனும் கல்யாணம் பண்ணிக் கொள்ளவில்லை. எங்கள் பெரியப்பா ஒருத்தர் கல்யாணம் பண்ணாமலே இருந்தார். எங்கள் அப்பாவின் சித்தப்பா வழியில்கூட இப்படி இரண்டு பேர் உண்டு." அவர் சொல்லச்சொல்ல அவர் சொன்ன எல்லா ஆண்களுமே ஒரு பங்களா போன்ற பெரிய வீட்டின் வயதான அறைகளில் இருட்டிலிருந்து நழுவி, ஒருத்தர் காலடி இன்னொருவருக்குக் கேட்காமல், வெயிலைத் தேடித் தூண் தூணாக மறைந்து திரிவது போல இருந்தது. அந்த வீட்டின் நடுமுற்றத்தில் சதுரக்குளம் போலப் பொங்கிக் கிடக்கிற தண்ணீருக்குள்ளிருந்து பெண்களின் பாடல்கள் குமிழியிட்டுக் கொண்டுவர, குமிழியின் தாமரைப்பூக்களை எட்டிப்பிடிக்க, வெற்றுவெளிகளில் அந்த ஆண்கள் கைகளை நீட்டித் துளாவிக் கொண்டு இருப்பது போலவும் இருந்தது.

"அந்த மன்னார்கோயில் ஆசாரிபற்றிச் சொன்னேன் இல்லையா" என்ற அவருடைய குரல் கலைத்து, மறுபடியும் கடற்கரை மணலில் நின்றேன்.

"சொல்லுங்கள்" என்றேன்.

"அவர் பித்தளைப்பாத்திர ஆசாரி மட்டும் என்றால் இப்போது பேசவேண்டியது இருந்திருக்காது. அற்புதமான ஓவியர். அன்னப் பறவைகளையும் யாளிகளையும் அவர் வரைந்து காட்டுகிற விதம் அருமையாக இருக்கும். அதைவிட அவர் சொன்ன இன்னொன்று தான் பிரமிப்பாக இருந்தது."

'அப்படி என்ன சொன்னார்?' என்று கேட்கவில்லையே தவிர, அப்படித்தான் அவரைப் பார்த்தேன்.

வெயில் நன்றாக அதிகரித்திருந்தது. பிசுபிசுப்பை உணர்த்துகிற காற்று. மயிர்நீக்கிய தலைகளுடனும் திருநீற்றுக்கீற்றுகளுடனும் சேதுவின் அண்ணன் – தம்பிகள் கடற்கரையிலிருந்து திரும்பிக் கொண்டிருந்தனர். இதுவரையில் இல்லாத பாரம் அவர்களின் மேல் ஏறியிருந்தது. நூல்சுற்றின கலயங்களும். மாவிலைகளும் பித்தளைத்தாம்பாளங்களும்கூட வேறு முகம் கொண்டு விட்ட தாயின. சேதுவின் அம்மாவின் சாம்பல் கரைந்துகரைந்து அலைகளில் திரும்பிவந்து அனைவரையும் கூப்பிட்டுக் கதறிக் கொண்டிருந்தது.

சற்று இடைவெளி விழுந்துவிட்டதால் இந்த முறை வாய் விட்டே கேட்டேன், "அப்படி என்ன சொன்னார்?"

எல்லோரையும் ஒரே நிமிடத்தில்தான் கடல் கட்டிப்போடும் போல. என்னைப் போலவே தானும் அமைதியாக இருந்தவர், என் பக்கம் திரும்பி–

"யாளியை வரைவது சிரமமாம்; ஒரு யாளியை வரையத் தெரிந்துவிட்டால் அப்புறம் வரையவே வேண்டாமாம். வரைகிறதை நிறுத்திவிடலாமாம். யாளியைமீறி வரைகிறதற்கு ஒன்றுமில்லையாம். எனக்குச் சரியாகத் சொல்லத் தெரியவில்லை. நான் இதைத் துண்டுதுண்டாகச் சொல்கிறேன். அவர் சொல்லும்போது வேகமாக இருந்தது. அவர் இதைச் சொல்கிறதைக் கேட்கவேண்டும் நீங்கள்."

எனக்குக் கேட்க வேண்டும் போலத்தான் இருந்தது. ஆனால் ஒரு தடவை சொன்னதை மீண்டும் சொல்லும்போது முதல் தடவை சொன்னது மாதிரி இருக்குமா என்ற சந்தேகமும் எனக் கிருந்தது. என் சந்தேகத்தை அவரிடம் சொல்லிவிட்டு–

"ஆனாலும் அவரைப் பார்க்க விரும்புகிறேன். அன்னம், யாளி எல்லாம் பற்றிக்கூடப் பேசவேண்டாம். வெறுமனே அவரைப் பார்க்க வேண்டும்" என்றேன். வரச் சொன்னார்.

"எப்போது வேண்டுமானாலும் வரலாம்" என்று அவர் சொல்லும்போது, கடலை விட்டு விலகி, சாலையில் நிறுத்தியிருந்த அவரவர் வாகனங்கள் பக்கம் வந்துவிட்டிருந்தோம்.

●

வருகிறோம் என்று சொன்னால் உடனடியாகவா போய்விட முடிகிறது. நாலைந்து மாதங்களுக்கு அப்புறம் சப்வே பழைய புத்தகக்கடையில் ஒரு புத்தகத்தைப் புரட்டும் போது ஒரு பௌத்த

சன்னியாசி படம், திருவாரியமுத்து சாயலில் இருந்தது. ஒரு சிறு துளை வழியாகச் சீறி வருகிற காற்றுப் போலாயிற்று அந்தக் கடற்கரை ஞாபகம். அதுவும், கடைசியாகச் சொன்ன யாளி விஷயம்.

பகல் முழுவதும் குதூகலத்தில் ஆழ்ந்திருக்கிற மனம், சாயங்காலம் சில சமயம் சட்டென்று ஒரு துறவுநிலை அடைவது உண்டல்லவா. அப்படியொரு மனம் வேகமாகக் கவிந்தது. பஸ்கள் மாறிமாறிச் சென்று சரியாக 'நிழல்களை'க் கண்டுபிடித்தபோது இருட்டிவிட்டிருந்தது. மிகக் குறைந்த வெளிச்சத்துடன் தாழ் வாரத்தில் மின்விளக்குகள் எரிந்தன.

திருவாரியமுத்து எங்கே இருக்கிறார் என்று கேட்டபோது, அந்த இடத்தின் காற்று முழுவதுமே ஒரு முதுமையின் வாடையுடன் இருப்பது தெரிந்தது. பல நூறு வருடங்களில் விட்ட மூச்சு, சுவர்களின் சுண்ணாம்புப்பூச்சில் மறுபடிமறுபடி முட்டி மடங்கி அந்தக் கட்டடத்திலேயே சுற்றிக்கொண்டு இருக்கும் போல. கூட்டத்தில் ஒருவரை அடையாளம் கண்டுபிடிப்பதுமாதிரி இதை வைத்தே திருவாரியமுத்துவின் அறையைக்கூடக் கண்டுபிடித்து விட முடிவது இன்னும் சில தடவை வந்து போனால் சாத்தியமாகி விடலாம்.

அவருடைய அறையில் நுழையும்போது வாசலுக்கு நேர் எதிரே ஒரு கட்டில் கிடந்தது. வெள்ளை விரிப்பு, சுருக்கமில்லாமல் நீவி விடப்பட்டிருந்தது.

உட்பக்கம் இன்னொரு கட்டில் இருக்க, வலது பக்கம் இருந்த சிறு மேஜையில் குனிந்து படித்துக்கொண்டிருந்த அவர் என்னைக் கவனிக்கவில்லை.

"என்ன புத்தகம் அவ்வளவு சுவாரசியமாய்?" என்று நான் என் வரவைத் தெரிவித்தபோது—

"எல்லாப் புத்தகங்களுமே சுவாரசியம்தான்" என்று மேஜை விளக்கை அணைத்தார். கண்ணாடியைக் கழற்றி மேஜையில் வைத்துவிட்டுப் புத்தகத்தை என்னிடமே நீட்டினார்.

சிறு கையடக்கப் பதிப்பு. லண்டன் ஆக்ஸ்போர்டு யூனிவர்சிட்டி பிரஸ் 1959இல் பதினோராவது மறுபதிப்பாக வெளியிட்டிருந்த ஆங்கிலக் கவிதைகளின் தொகுப்பு. 'ஜீ.பி.ஓ. அருகில் வாங்கியது. விலை ஐந்து ரூபாய். 22.5.86 வியாழக்கிழமை' என ஆங்கிலத்தில் கருப்புமையில் எழுதிக் கையெழுத்து இடப்பட்டிருந்தது.

“உங்கள் கையெழுத்துதானா” என்று கேட்டுக்கொண்டே அடையாள நூலைப் பார்த்தால், அந்தப் பக்கத்தில், ‘பெருமூச்சுகளின் பாலம்’ என்று ஒரு கவிதை இருந்தது.

“பெருமூச்சுகளின் பாலம் என்று மொழிபெயர்க்கலாமா இதை?” என்று அந்த ஆங்கிலத் தலைப்பைச் சொல்லிக் கேட்டேன்.

“மொழிபெயர்க்கலாம். ஆனால் மொழிபெயர்ப்பு மாதிரித்தான் அது இருக்கும்.” என்று சொன்னவர் நான் நுழையும்போது வாசலுக்கு எதிரே காலியாக அறைக்குள் கிடந்த கட்டிலைக் காட்டி–

“இந்தக் கட்டில் காலியாக இருப்பது போல இருக்கிறது. ஆனால் காலியாக இல்லை.”

“விளங்கவில்லை எனக்கு.”

“மரணம் எளிதில் விளங்கிக்கொள்ள முடியாத ஒன்று தான்.” திருவாரியமுத்து இதைச் சொல்லும்போது மீண்டும் அந்த முதுமையான வாடை சுழன்றடித்தது என் முகத்தில்.

“என் அக்காவின் மரணத்தின்போது முதல் முறை உங்களைப் பார்த்தேன். என் அறை நண்பர் இறப்பின் போது மீண்டும் உங்களைச் சந்திக்கிறேன். இரண்டுக்கும் இடையில்தான் பெரு மூச்சுகளின் பாலமா?” திருவாரியமுத்து வேறுமாதிரியாக இருந்தார். கடற்கரையில் நின்றது போல இல்லை. எந்த நிமிடத்திலும் அழக் கூடிய முகத்தை அடைந்திருந்தார்.

“கிட்டத்தட்ட நாலரை வருடங்கள் இதே அறையில் இருந்திருக் கிறோம். ஒன்றாக இருந்திருக்கிறோம். நேற்று அதிகாலை இறந்தார். 12.10 என்பதை நேற்று அதிகாலை என்றா, நேற்று முன்தினம் இரவில் என்றா எப்படிச் சொல்வது? எப்படி எனினும் அவர் இறந்து போனார். அவர் இல்லை. அவரை, அவர் உடைமைகளை அப்புறப்படுத்தி விட்டார்கள். கட்டில் மெத்தை விரிப்புகளை மாற்றிவிட்டார்கள். இனி இன்னொருவர் வரக்கூடும். ஒருவேளை, நீங்கள் திரும்பிப் போவதற்குள்ளேயே யாராவது அனுமதிக்கப்படக்கூடும்.” அவர் எழுந்து போய் அந்தக் காலியாகக் கிடந்த கட்டிலில் உட்கார்ந்தார்.

“உடம்புக்கு என்ன செய்தது அவருக்கு?” என்று விசாரித்தேன்.

“உடம்புக்கு ஏதாவது செய்துகொண்டிருந்தால்தான் சாகமாட்டோமே” என்று சலித்துப்போனது போல் சொன்னவர்,

எழுந்து ஜன்னல் பக்கமாகப் போய் எதையோ தேடினார். "எங்கே வைத்தேன்?" என்று கட்டிலுக்குக் கீழ் குனிந்து பார்த்தார். எதிர் அலமாரிப் பக்கம் திரும்பி, "அங்கே இருக்கிறதா" என்று போய், ஒரு நீண்ட டார்ச் லைட்டை எடுத்துக்கொண்டு வந்தார்.

"இது குருமூர்த்தி எனக்குக் கொடுத்தது" என்று அந்தக் காலிக் கட்டிலைத் தட்டிக்கொண்டே என்னிடம் நீட்டினார். மிகவும் உபயோகத்தில் இருந்து, கைபட்ட பகுதிகளில் வெள்ளை நிறம் தெரிந்து கொண்டிருந்தது. மூன்று செல்களின் கனத்துடன் மேல் உலோகம் சற்றுக் குளிர்வதுபோலத் தோன்றியது.

"அடிச்சுப் பாருங்க, பளிச்சுண்ணு இருக்கும்." திருவாரியமுத்து சொன்னார். என் கைப் பெருவிரலின் கீழ் பொத்தான் வட்டம் அசைந்தது. பின் பகுதியில் சற்றுத் தொய்ந்தது போல ஒரு வளையம் அங்கும் இங்கும் ஆடியது.

"சும்மா அடிச்சுப் பாருங்க. குருமூர்த்தி, கையிலேயே எப்பவும் வச்சிருப்பான் இதை." திருவாரியமுத்து என்னைப் பார்க்கக் குனிந்தபடி வெளிப்பக்கமாகக் கையைக் காட்டினார்.

தாழ்வாரமும் தூண்களும் பூவாசனையும் இருட்டில் கிடந்தன.

நான் சற்று எழுந்து வாசல் பக்கமாக நின்றுகொண்டு, டார்ச் லைட்டினுடைய பொத்தானை அழுத்தினேன். பாய்ந்த வெளிச்சத் திற்குச் சமமாக, 'ஹஹா' என்று திருவாரியமுத்துவிடமிருந்து மகிழ்ச்சியான ஒரு குரல் வந்தது.

ஒரு இரவுக்காவலாளி போல, நான் அரைவட்டமாக அந்த வெளிச்சத்தைத் திருப்புகையில், இரண்டு – மூன்று தூண்களும், அதற்கு மத்தியிலான இடைவெளிகளிலும் விழுந்து, நான் நின்று கொண்டிருந்த வாசலுக்கு நேர் எதிரில் இருந்த தூணின் மேல் வெளிச்சம் படர்ந்தது.

தூணில் ஏதோ வரைந்திருக்கிறது போல இருந்தது.

தூண் அகலத்துக்குள் மட்டும் வெளிச்சம் அடங்குகிற மாதிரி நான் தூணை நெருங்கினபோது–

கால்களைத் தூக்கிக்கொண்டு ஒரு யாளி சிரித்தது.

யாளிகள் பெருமூச்சுவிடுமா தெரியவில்லை.

- 'புதியபார்வை', அக்டோபர் 1997

அப்பாவைக்கொன்றவன்

தாவணியை வைத்து, சித்திரை, முகத்தைத் துடைத்துக் கொண்டாள். உடம்பெல்லாம் வியர்த்திருந்தது. ஊருக்குள்ளே இருந்து பழவூர் விலக்குவரை நடந்துவருவது என்றால் கொஞ்சம் தூரம் அதிகம்தான். அதுவும், உச்சிப்படை வெயில்.

இந்த டவுன் பஸ் இப்படி வராமல் காலை வாரும் என்று எதிர்பார்க்கவில்லை. ஆலமரத்தடி ஸ்டாப்பில் இவள் பள்ளிக் கூடப்புத்தகமும் கையுமாக நிற்பதைப் பார்த்துவிட்டு, பால் பண்ணைக்குப் பால் எடுக்கப்போகிற அடைக்கலம்தான், 'டவுன் பஸ் வராது. ஜங்ஷன் பஸ் ஸ்டாண்டில் ஒரே கலாட்டா – அடிதடி' என்று சொன்னான்.

இந்த பரீட்சை இல்லாவிட்டால்கூட சித்திரை அவ்வளவு கண்டிப்பாகப் பள்ளிக்கூடம் போகவேண்டியது இருந்திருக்காது. பரீட்சை எவ்வளவு பயத்தைக் கொடுத்ததோ அவ்வளவு சந்தோஷத் தையும் ஒவ்வொரு தடவையும் கொடுக்கிறது. ஆனால் எத்தனை தடவை பரீட்சை எழுதினாலும் ஒவ்வொரு தடவை பரீட்சை வரும்போதும் சித்திரைக்குப் பயம் மட்டும் போகமாட்டேன் என்கிறது.

'அப்படி என்ன தூக்குலயா போட்டுருவாங்க பெயில் ஆனா. ஏன் இப்பிடிப் பயந்து சாகுத?' என்று தவசிப் பெரியப்பாகூடக் கேட்டார்கள். பல்லைக் குத்திக் கொண்டே, வெற்றிலைக்காவியும் நரைத்த தாடியுமாகப் பெரியப்பா அப்படிக் கேட்கும்போது வெட்க மாகத்தான் இருக்கும். ஆனால், ஒன்றும் சொல்லத் தோன்றாது.

'இவளுக்குப் பரீட்சை வந்துட்டுதுன்னா ஏதாவது பேய் கீய் புடிச்சிடுமோ என்னமோ, சாப்பாடு – தண்ணியுமுல்லா இறக்கமத்துப் போகுது' என்று ஒவ்வொரு தடவையும் அம்மா சொல்லத்தான் செய்கிறாள். ஒவ்வொரு தடவையும் சித்திரை ஒன்றுக்குப் பாதியாகச் சாப்பிட்டு விட்டுத்தான் புறப்படுவாள்.

'அணில்பிள்ளைகூட ரெண்டு பருக்கை அதிகமாகக் கொறிக்கும்' என்று அம்மா சொல்வது பின்பக்கம் கேட்கும்.

'பார்த்துப் போ' என்று சத்தம் கேட்கிறது என்றால், அம்மா குனிந்து வெளியே வந்து நடையில் இவளைப் பார்த்துக்கொண்டு நிற்கிறாள் என்று அர்த்தம்.

சித்திரை திரும்பிப் பார்க்காமல் நடக்க ஆரம்பிப்பாள்.

இந்திரா வாசகசாலைப் பக்கம் தரையில் விரிக்கப்பட்ட தினசரி பேப்பர்களும் அதன் மேல் பதிந்த கைகளும் தெரியும். குனிந்துகொண்டே சித்திரை நடந்துபோனால் பஞ்சாயத்துப் போர்டு பஸ் ஸ்டாப்பில், சின்னப்பூ டீச்சரும் இன்னும் ஏழெட்டுப் பிள்ளைகளும் நிற்பார்கள்.

டீச்சரைப் பார்த்தால் சித்திரைக்குச் சந்தோஷமாக இருக்கும். வணக்கம்கூடச் சொல்லமாட்டாள். டீச்சருக்கும் அதெல்லாம் தேவையாக இருக்கவில்லை. டீச்சருக்குப் பின்னால் போய் சித்திரை நின்றுகொள்வாள். எப்போதாவது ஒரு தடவை சின்னப்பூ டீச்சர், சித்திரையின் கையை லேசாகப் பிடிப்பார்கள். அநேகமாக அது லீவு முடிந்து, பள்ளிக்கூடம் திறந்து, பரீட்சை பேப்பர் எல்லாம் திருத்திக் கொடுத்த சமயமாக இருக்கும்.

சித்திரை, கால் பரீட்சையில் கணக்கில் எழுபத்தெட்டு மார்க் எடுத்திருந்தாள். 'குட்' என்று சித்திரையின் தலையைத் தடவிக் கொடுத்தார்கள். 'நூறு எடுத்திரணும் அரையாண்டுத் தேர்வுல' என்றார்கள். சித்திரை, கீழே தரையைப் பார்த்துக்கொண்டே, 'சரி' என்று சொல்லியிருந்தாள். நாளைக்குத்தான் கணக்குப் பரீட்சை.

இன்றைக்குப் பார்த்து பஸ்ஸையே காணோம். இன்றைக்கு அறிவியல் சரியாக எழுதாவிட்டால், நாளைக்குக் கணக்கும் சரியாக எழுத ஓடாது.

வழியெங்கும் இரண்டு பக்கமும் ஆலமரங்கள் சாய்ந்திருந்தன. குட்டை குட்டையாக ஒவ்வொன்றும் ரோட்டுப் பக்கமாகவே சாய்ந்திருப்பது எதனால் என்று தெரியவில்லை.

நடுப்பழவூர் பக்கமாகப் பார்க்கும்போது சரிவுகளில் இரண்டு – மூன்று கொத்துகளாக மேய்கிற ஆடுகள். என்ன கோயில் என்று தெரியவில்லை. பாழடைந்து கிடந்த கோயிலுக்குள்ளிருந்து மஞ்சணத்திமரம் அடர்த்தியாக முளைத்து வெயிலில் அசைந்தது. கல்மண்டபத்தில், ஆள் இல்லாமல், இரண்டு பெரிய கறுப்பு சாராய கேன்கள் மட்டும் இருந்தன.

ஆலங்குளம் விலக்கிலிருந்து ஊருக்குள் தார்ரோடு போட ஆரம்பித்திருந்தார்கள். கருங்கல் ஜல்லிகள் பரப்பிக்கிடக்கிற அந்தப் பாதையைச் சித்திரைக்கு ரொம்பப் பிடித்திருந்தது.

பத்து நாள்களாகக் காலனியில் இருந்தும், சுதந்திராபுரத் திலிருந்தும் பஸ் ஏறித் தூக்குச்சட்டியும் கையுமாக நிறையப் பேர் இங்கே இறங்குகிறார்கள். எப்போதும் சிவப்புச்சேலையே கட்டிக்கொண்டிருக்கிற சீவலப்பேரியாள், 'மகள்கூட நானும் பள்ளிக்கூடம் வரலாமானு பார்த்தேன். இன்னிக்குச் சிலேட்டுக் குச்சி எடுத்துட்டுவர அயத்துப்போச்சு. நாளைக்குக் கண்டிப்பா வாரேன்' என்று சித்திரையிடம் சொல்லிவிட்டுச் சிரித்தபடியே பஸ்ஸைவிட்டு இறங்கி வேலைக்குப் போனாள்.

அம்மா ஏன் இப்படியெல்லாம் சிரிக்கமாட்டேன் என்கிறாள்? நடவு எங்கே, அறுப்பு எங்கே என்று ஏன் எப்போதும் அலைந்து கொண்டிருக்கிறாள்? சித்திரைக்கு யோசனையாக இருந்தது.

சின்னப்பூ டீச்சர், வீட்டுக்கு வந்த அன்றைக்கு அம்மா காய்ச்சலில் படுத்திருந்தாள். சித்திரை ஏன் பள்ளிக்கூடத்துக்கு வரவில்லை என்று விசாரிக்கத்தான் டீச்சர் வந்தார்கள்போல. அவசரம் அவசரமாக ஆட்டுக்குட்டியை அவிழ்த்துப் பூவரசமரத்தில் கட்டினாலும், டீச்சர் உட்கார்ந்த இடத்தில் நாலைந்து புழுக்கை கிடக்கத்தான் செய்தது.

'டாக்டர்கிட்டே காட்டி ஊசி போட்டுக்கிட்டா நல்லதுதானே' என்று டீச்சர் சொன்னபோது–

'அதான் கம்பவுண்டர் சைக்கிள்ளே வந்து ரெண்டு நாளா குழாய் மாத்திரை எல்லாம் கொடுத்தாரே' என்று அம்மா முனகினாள். 'நான் இருந்து என்ன செய்யப் போகிறேன்' என்று அழுதாள்.

'துள்ளத்துடிக்க அந்த ஆள் செத்ததுக்கு இந்தப் பொட்டப் பிள்ளை இல்லேன்னா, நானும் என்னிக்கோ போயிச் சேர்ந் திருப்பேன்' என்று சேலையைச் சுருட்டி வாயில் வைத்துக் குலுங்கினாள்.

அம்மா அழ அழ சித்திரைக்கு அழுகை அழுகையாக வந்தது. ஆனால், அழவே கூடாது என்றும் தோன்றிற்று. உதட்டைக் கடித்துக்கொண்டே தலைமாட்டில் உட்கார்ந்திருந்தாள். தாங்க முடியாமல் போனபோது, டீச்சர் கையைப் பிடித்தாள். பதிலுக்கு, டீச்சர், சித்திரையின் கைகளை அழுத்திப் பிடித்துக்கொண்டார்கள்.

'ஓடிப்போய் டீ வாங்கியாரதுக்கு லாயக்கில்லாமல் போச்சே. இப்படி எந்திரிக்க முடியாம கிடையிலே கிடக்கேனே தாயி. என்கூடச் சேர்ந்து இந்தச் சின்னப் பிள்ளையும் கசங்குது.' அம்மா சொல்லும்போது டீச்சர், 'ஒரு கசங்கலும் இல்லை' என்று தலையை நீவி விட்டார்கள். அப்படித் தடவிவிட்டதிலேயே எல்லாம் சரியாகப் போய்விட்டது போல இருந்தது சித்திரைக்கு.

ஒரு தடவை இப்படித்தான் ரொம்பக் கசங்கிப்போன பரீட்சைப் பேப்பரை பள்ளிக்கூட டெஸ்க்கில் வைத்து சித்திரை தடவித்தடவிக் கொடுத்தாள். என்னதான் முயற்சி செய்தாலும் பரீட்சை எழுதும் போது, கசங்கின இடத்தில் எல்லாம் முக்குமுக்காகப் பள்ளம் கிடந்தது. படித்தது எல்லாம் அந்தப் பள்ளத்தில் முட்டிக்கொண்டு மறந்துபோய் விடுமோ என்று சித்திரைக்குத் தோன்றியது. அப்படி யெல்லாம் ஆகவில்லை. தான் அந்த பேப்பர் மாதிரி இருப்பதாக நினைத்துக் கொண்டாள்.

சித்திரை உள்கழுத்துவரை துடைத்துக்கொண்டு விலக்கு ரோட்டுக்கு இரண்டு பக்கமும் பார்த்தாள். ரூட் பஸ்கூட ஓடுகிற மாதிரித் தெரியவில்லை. இடதுபக்கம், தென்பத்து இறக்கத்திலும் நடமாட்டமே இல்லை.

தூரத்தில் யாரோ குடையைக் கக்கத்தில் வைத்துக் கொண்டு வந்துகொண்டு இருந்தார்கள். அதைத் தவிர காக்காய்கூடப் பறக்கவில்லை. அமைதியாக வெயில் அடித்துக் கொண்டிருந்தது.

ரோட்டுக்கு எதிர்ப்பக்கத்து பெட்டிக்கடையிலிருந்து குரல் வந்தது. கடைக்காரர், "கிட்டேமுட்ட ரொம்ப நேரமாப் பஸ்ஸே காண்கலையே" என்று சித்திரையைப் பார்த்துச் சொன்னார். நாட்டு வாழைப்பழத் தார் ஒன்று வெயிலுக்குக் கறுத்துப்போய்த் தொங்கிக் கொண்டிருந்தது. கோலி சோடா பாட்டில்கள் பச்சையாகத் தெரிந்தன.

சித்திரைக்கு என்ன செய்வது என்று தெரியவில்லை. சேர்ந்தா நல்லூர் ஸ்பின்னிங் மில்லுக்குப் போகிறவர்கள்– வருகிறவர்கள் தென்பட்டால் விவரம் கேட்கலாம். பஸ் வருமா வராதா என்று தெரியும். பஸ் வராமல் எப்படிப் பரீட்சை எழுத?

குடையை வைத்துக்கொண்டு வந்தவர், எதிர்த்த பெட்டிக் கடையில் போய் நேராக இரண்டு பழத்தைப் பிய்த்துச் சாப்பிட்டார். பழத்தொலியை எங்கே போடுவது என்று சுற்றுமுற்றும் பார்த்து விட்டு ஒரு ஓரமாக எறிந்தார். சட்டைப்பையிலிருந்து காசு எடுத்துக் கொடுத்தபடியே, எதிரே நிற்கிற தன்னைப்பற்றி ஏதோ கேட்கிறாரா அல்லது பஸ் வருவதைப்பற்றிக் கேட்கிறாரா என்று சித்திரைக்குத் தெரியவில்லை.

அங்கேயே நின்று பீடியைப் பற்றவைத்துக்கொண்டு, மிக அவசரமான இழுப்பாக இரண்டு – மூன்று தடவை இழுத்து விட்டுப் பீடியை வீசினார். சர்பத் டம்ளருக்கு இரண்டு டம்ளர் தண்ணீர் வாங்கி அண்ணாந்து குடித்தார். நனைந்த மீசையை மேல் துண்டால் துடைத்துக்கொண்டு பெட்டிக்கடைக்காரரைக் கும்பிட்டார். ரோட்டைக் குறுக்காகத் தாண்டி இந்தப் பக்கம் வந்து, சித்திரைக்கு இடதுபக்கம் நாலடி தள்ளி நின்றார்.

சித்திரை தாவணியைச் சரிசெய்து கொண்டாள். புத்தகங் களையும் பரீட்சை அட்டையையும் நெஞ்சோடு அணைத்துக் கொண்டாள். பஸ் சீக்கிரம் வந்துவிட்டால் நன்றாக இருக்கும் என்று அவளுக்குத் தோன்றியது. ரூட் பஸ்ஸில் கட்டணம் அதிகம். அதையும் தயாராகக் கையில் எடுத்து வைத்திருந்தாள்.

பீடி குடிக்காவிட்டாலும், பீடி குடித்த வாசம் அடிக்கத்தானே செய்கிறது. இடதுபக்கம் நின்றவர் குடையைத் தணிவாகக் கையில் வைத்துக்கொண்டு இவள் பக்கம் வந்து–

“இப்போ மேலமடைக்கு பஸ் இருக்கா தாயி?” என்று கேட்டார்.

“இருக்கு” என்று சொன்னாள்.

“பரீட்சை எழுதப் போகணுமோ” என்று சொன்னவரே, “பஸ் வராவிட்டால் கஷ்டப்படுமே தாயி” என்று வருத்தப்பட்டார்.

“எந்தப் பள்ளிக்கூடம்” என்று அவர் கேட்டபோது, சித்திரைக்குப் பதில் சொல்ல முடிந்தது.

சித்திரை கொஞ்சம் திரும்பி நின்று அவருடன் பேச ஆரம்பித்தபோது, அந்த ஆள் இவளைப் பாராமல் கீழே குனிந்து கொண்டே பேசிக்கொண்டிருந்தார். கையிலிருந்த குடையின் கீழ் நுனியால், தரையில் கிடந்த சீனிக்கற்களை ஒவ்வொன்றாகத் தட்டிக்கொண்டே இவளுடன் பேசினார். அடர்ந்து காதுவரை சேர்ந்திருந்த மீசைகூட முறுக்கின்றித் தளர்ந்ததுபோல இருந்தது. ஒரு பக்கம் காதுமடல் கடித்து எடுத்தது போலச் சற்றுக் கொறு

வாயாக இருந்தது. தலையில் அடர்த்தி குறைந்த முடி காற்றில் அலைந்தது. சிவப்புச்சுண்ணாம்பு சேர்த்து வெற்றிலை போடு கிறவரோ என்னவோ, வலது சுட்டுவிரல் நுனி ரோஸ் சிவப்பாக இருந்தது.

"ஊர்க்காவலன் மகளா தாயி நீ?" என்று அப்பா பெயரைச் சொல்லி அந்த ஆள் இவளிடம் கேட்கும்போது, சித்திரை அவளைச் சுற்றித் தொங்குகிற ஆலம்விழுதுகளையே பார்த்துக் கொண்டிருந்தாள். விழுதுகளின் நுனிகளில் வெள்ளைக்குச்சிமாதிரி துளிர்த்து இறங்கிக்கொண்டிருந்த பகுதியை மட்டும் சித்திரை அசையாமல் பார்த்தாள்.

எவ்வளவோ காலத்துக்குப் பிறகு இன்னார் மகளா என்று அவளை யாரோ கேட்கிறார்கள்.

"தவசி எப்படி இருக்கான்?" என்று அப்பாவுடைய அண்ணனையும் பற்றி அந்த ஆள் கேட்டார்.

"நல்லா இருக்காரு" என்று சித்திரை சொல்லும்போது, தூரத்தில் இரண்டு சக்கர வாகனங்கள் வர ஆரம்பித்திருந்தன. ஏதாவது பஸ்ஸும் வந்துவிட்டால் பரீட்சை எழுதிவிடலாம் என்று தோன்றிய சந்தோஷத்தில்...

"அவருதான் என்னையப் படிக்க வச்சுக்கிட்டிருக்காரு" என்று சித்திரை அதிகப்படியாகச் சென்னாள்.

"நல்லா இருக்கட்டும்." குடைக்கம்பின் வளைவின் மேல் கைகளை அசைத்து ஆசீர்வதித்த அந்த ஆள், முகத்தைத் திருப்பி, ஆலமர மூட்டுப்பக்கம் போய் அதிர்கிற மாதிரி மூக்கைச் சிந்தினார். நாசியில் கோத்திருந்த நீர் சிதறச்சிதற மேல்துண்டால் மூக்கையும் கண்ணையும் துடைத்தார்.

எதிரே உள்ள பெட்டிக்கடைக்காரர் இந்தப் பக்கம் வந்து நின்றுகொண்டு, "வண்டி வார மாதிரி இருக்கே" என்றார்.

தூரத்திலிருந்து வேகமாக வந்த முதல் வண்டி, இவர்கள் கையைக் காட்டியும் நிற்காமல் போயிற்று. அதற்குப் பின்னால் வந்த வண்டி, ஆலமரத்துக்கு அந்தப்புறம் இருபதடி தள்ளிப் போய் ஒரு பக்கமாகச் சாய்ந்துகொண்டு நின்றது.

வேட்டியை மடித்துக் கட்டிக்கொண்டே அந்த ஆள் பஸ் பின்னாலேயே ஓடினார். கம்பியைப் பிடித்துக் கொண்டு படியில் தொற்றி ஏறினார். குடையும் கையுமாகச் சித்திரையைப் பார்த்து

கை அசைத்து விடைபெற்றார். ரொம்ப நேரத்துக்கு முகம் இந்தப் பக்கமாகவே திரும்பிக் கொண்டிருந்தது. சித்திரை அந்த பஸ்ஸையே பார்த்துக் கொண்டு நின்றாள். பஸ் புறப்பட்டு சற்றுத் தள்ளிப் போவதற்காகவே காத்துக்கொண்டு இருந்தது போலப் பெட்டிக் கடைக்காரர் சித்திரையிடம் வந்து–

"உன்கூட நின்னு இவ்வளவு நேரம் பேசிக்கிட்டு இருந்தது யாருன்னு தெரியுமா?" என்று பதற்றத்துடன் கேட்டார்.

"தெரியாது" என்று சித்திரை தலையை அசைத்தாள்.

பெட்டிக்கடைக்காரர் அதே பதற்றத்துடன் மேலும் சொன்னார்.

"இவன்தான் சிவனுப்பாண்டி. உங்க அப்பாவைக் கொன்னவன்!"

சித்திரை, பஸ் போன பக்கம் பார்த்தாள். முகம் இவள் பக்கம் இருக்க, படியில் தொங்கிக்கொண்டு, ஒரு குடையும் கையும் அசைவதுமாதிரி தெரிந்தது.

- 'ஆனந்தவிகடன்', நவம்பர் 1997

கிணற்றுத்தண்ணீரும் ஆற்றுமீனும்

"ராத்திரி போய்ச் சேர எப்படியும் பத்துப் பதினோரு மணி ஆகியிருக்காது?" கட்டிலில் எழுந்து உட்கார்ந்துகொண்டு ராமையாத் தாத்தா கேட்கும்போது, வேலம்மா ஆச்சி வாசல் தெளித்துக் கொண்டு இருந்தாள். விடியக்கருக்கலில் ஒவ்வொரு கையாகத் தண்ணீரைத் தெளிக்கத்தெளிக்கப் புழுதியடங்கி பசுஞ்சாணமும் மண்ணும் வாசனை அடித்தது.

"உங்கிட்டேதானே கேட்டேன், காதுல விழுந்ததா விழலையா?" மீசையை இரண்டு பக்கமும் ஒதுக்கிக் கொண்டே கட்டிலைப் பார்த்தார். நேற்றுவரைக்கும், ஒரு வாரமாகப் பேரப்பிள்ளையுடன் பக்கத்தில் படுத்துக் கிடந்த கட்டில். ராத்திரி இவரிடம் கதை கேட்டபடி ரொம்ப நேரம் முழித்துக்கொண்டே இருப்பான்.

'என்ன ரெண்டு பேரும் தூங்கலையா? தாத்தாவும் பேரனும் தினசரி நடுராத்திரி பன்னெண்டு மணிக்கும் வில்லடிச்சுக்கிட்டு இருக்கியோ. நாளைக்குப் பேசுததுக்குக் கொஞ்சம் பாக்கியிருக் கட்டும்.' வேலம்மாச்சி சொல்வாளே தவிர, அவளுக்கும் தாத்தாவையும் பேரனையும் பார்க்கச் சந்தோஷமாகத்தான் இருந்தது.

பேரன் வந்த நான்கு நாள்களில் தாத்தா முகம் பசலிக் கொடிமாதிரிக் குளிர்ச்சியாக ஆகியிருக்கிறது. இரண்டு வாய் அதிகமாகக்கூடச் சாப்பிடுகிறார். வீட்டிலேயே துலாக்கிணற்றில் இறைத்துக் குளிக்கிறவர் பேரன்கூட ஆற்றுக்குப் போய்விட்டு வருகிறார். கோயிலுக்குப் போய்த் திட்டிவாசலைத் திறந்து

கோபுரத்துக்கு மேலே எல்லாம் ஏறிக் காட்டிவிட்டு வந்திருக்கிறார். கணக்குப்பிள்ளை வீட்டு இரட்டை மாட்டு வண்டியை இரவல் வாங்கிப் பேரனும் அவருமாகச் சிவனூத்து வரைக்கும் போய் விட்டு வந்தார்கள். வரும்போது தாழம்பூப் பறித்துப் பேரனிடம் கொடுத்திருந்தார்.

'அவன் என்ன பொம்பிளைப்பிள்ளையா, தாழம்பூ வச்சுக் கிடுறதுக்கு' என்று ஆச்சி சொன்னபோது, 'உனக்கு வேணும்னாச் சொல்லு, இன்னும் ரெண்டு பறிச்சுக்கிட்டு வாரேன்' என்று ஆச்சியின் மேல்கையில் கிள்ளினார். ஒவ்வொரு கைத்தெளிப்பிற்கும் ஒவ்வொன்றாக வேலம்மாச்சிக்கு ஞாபகம் வந்தது.

ராமையாத்தாத்தா கொடியிலிருந்து துண்டை உதறி மேலே போட்டுக்கொண்டு, வாசல் தெளிக்கிற ஆச்சியைப் பார்த்தார். கேட்கக்கேட்க ஆச்சி இப்படிப் பதிலே சொல்லாமல் இருப்பது ஆச்சரியமாக இருந்தது. முகத்தைக் கழுவிவிட்டு வரலாம் என்று நடையைவிட்டு இறங்கிச் சிமெண்டுத் தொட்டியைப் பார்க்க நடந்தார். கிழக்கே பப்பாளிமரம்வரை போய் வாசல் தெளித்து விட்டு, மறுபடி மேற்கே ஒவ்வொரு எட்டாக வேலம்மாச்சி நடந்து வரும்போது தாத்தா எதிரே போய் நின்றார்.

"ஏளா, இந்த உலகத்துலதான் இருக்கியா, இல்லை, பேரப் பிள்ளை கூடவே ரயில் ஏறிப் போயிட்டியா; விளங்கலையே எனக்கு" என்று கேட்டார்.

"ஈரேழு லோகத்துக்குப் போனாலும், கடைசீல இந்த வீட்டுக்குத்தானே நாம ரெண்டு பேரும் திரும்பி வரணும்" என்று சொல்லிக்கொண்டே செம்பை எடுத்துத் தாத்தா கையில் கொடுத்தாள். வேலம்மாச்சி சட்டென்று இப்படிக் கண்கலங்குவாள் என்று எதிர்பார்க்கவில்லை.

"நீயும் என்னைமாதிரி எந்திருக்கும்போதே அவனை நினைச்சுக் கிட்டேதான் எந்திரிச்சிருக்கிற போல. ராத்திரி தூங்குனயா தூங்கலையா?" என்று ஆச்சியைப் பார்த்துக் கேட்டார்.

"என் தூக்கத்துக்கு என்ன. நீங்கதான் புரண்டு புரண்டு படுத்துக்கிட்டு கிடந்தமாதிரி இருந்தது." ஆச்சி சேலைத் தலைப்பால் முகத்தைத் துடைத்துக்கொண்டு நின்றாள்.

செம்பை முக்கிக் கோதுவதற்குத் தண்ணீர்த் தொட்டிக்குள் ராமையாத்தாத்தா குனிந்தார். மூன்று செம்பருத்திப்பூக்கள் தண்ணீரில் மிதந்தபடி இருந்தன. இதுவும் பேரனுடைய வேலை

தான். போகிறதற்கு முன் கடைசி இரண்டு நாள்களாகத் தபால் ஆபீஸ் காம்பவுண்டுக்குள் நிற்கிற செம்பருத்திச்செடியில் இருந்து மொட்டாகப் பறித்து வந்து தொட்டியில் போடுவான். காலையில் அவை இப்படிப் பூத்துக் கிடக்கும். அதை வைத்து ஆச்சி, பூஜை பண்ண வேண்டுமாம்.

"இங்க பாரு." ராமையாத் தாத்தா இரண்டு உள்ளங்கைகளிலும் அந்தச் செம்பருத்திப்பூக்களை ஏந்திக்கொண்டு ஆச்சியைக் கூப்பிட்டார். வேலம்மாச்சி பக்கத்தில் வந்து அதை வாங்கிக் கொண்டாள். செடியில் இருக்கிறமாதிரியே ஆச்சியின் கைகளிலும் அவை பூத்திருந்தன.

இன்னும் கொஞ்ச நாள்களுக்கு இப்படி அவன் இருந்து விட்டுப் போனதற்கு அடையாளமாக ஏதாவது கண்ணில் பட்டுக் கொண்டேதான் இருக்கும்.

அந்திமந்தாரை விதை – பசலிப்பழம் எல்லாம் போட்டுச் சேகரித்துவைத்த பழைய ரெமி பவுடர் டப்பா, ராமையாத் தாத்தா அந்தக் காலத்தில் உபயோகித்த மைக்கூடு, வேலம்மாச்சியின் பூஜைத்தட்டில் இருந்து எடுத்த ஒரு ஈயப்பிள்ளையார், ரயில் படம் போட்ட மஞ்சள் பெருங்காய டப்பாவில் எருக்க இலை சாப்பிட்டு வளர்கிற வண்ணத்திப்புழு, ஆட்டுரல் கல்லின் பக்கம் உட்கார்ந்து ஆச்சியிடம் கதை கேட்டுக்கொண்டே சுவரில் வரைந்த வர்ணக்கொடி...

அடுத்த தடவை அவன் வருகிறவரைக்கும் இதையெல்லாம் பார்த்துக்கொண்டுதான் காலத்தைத் தள்ளவேண்டும்.

கோலப்பொடியை எடுப்பதற்கு மாடக்குழியை வேலம்மாச்சி பார்த்தாள். மாடக்குழியில் அந்தப் பெரிய கண்ணாடி பாட்டில் இருந்தது. பாட்டில் தண்ணீரில் தாத்தாவுடன் ஆற்றுக்குப் போய்ப் பிடித்துப்போட்ட மீன் குஞ்சுகள் நீந்திக்கொண்டு இருந்தன. ஆச்சி அந்த மீன் குஞசுகளையே பார்த்தாள். வளைய வளைய அவை திரும்பிச் சுழன்றன.

''உங்களைத்தானே'' என்று ராமையாத்தாத்தாவைக் கூப்பிட்டாள். தாத்தா தூண் பக்கம் வந்து நின்றார்.

''இதைக் கொண்டுபோய் மறுபடி ஆற்றில் விட்டுட்டு வந்திருங்க" என்றாள். தாத்தா பாட்டிலை வாங்கிக் கொண்டார்.

"அவ்வளவு தூரம் என்னத்துக்குப் போகணும், நம்ம வீட்டுக் கிணத்துல விட்டிருவோம்; அவ்வளவுதானே." தாத்தாவின் உள்ளங்கைரேகைகள் பாட்டில் தண்ணீரின் வழியாகப் பளீரிட்டன.

"அதெல்லாம் இல்லை, ஆற்றில் பிடிச்சதை ஆற்றிலேயே விட்டிருவோம். அது அது இடத்துல அது அது சந்தோஷமா இருக்கட்டும்." வேலம்மாச்சி சொன்னாள்.

ராமையாத்தாத்தாவுக்கு ஊருக்குப் போய்விட்ட பேரன் ஞாபகம் வந்தது. "நீ சொல்லுகிறதும் சரிதான்" என்றார்.

- 'புதியபார்வை', நவம்பர் 1997

ரத வீதி

"கொஞ்சம் நிறுத்து, பானு மாதிரி இருக்கு." சைக்கிள் கேரியரில் உட்கார்ந்துகொண்டு முருகேசனிடம் நான் சொன்னேன்.

நிறுத்துவதற்குள் பத்தடி முன்னால், இந்த எலிமெண்டரி பாடசாலைப் பக்கம் போய்விட்டோம்.

"அவதான்ப்பா". முருகேசன் சைக்கிளைச் சாய்த்துக் காலை ஊன்றிக்கொண்டு நின்றான். கேரியரில் இருந்து குதித்து இறங்கின நான், தலையில் கட்டியிருந்த கைக்குட்டையை அவிழ்த்துக் கொண்டேன். இன்னும் முடி வளரவில்லை. பதினாறு முடிந்து மூன்று வாரம்தான் கழிந்திருக்கிறது. அப்பா இருந்தால் மட்டும் என்ன ஆகியிருக்கப் போகிறது.

மறுபடியும் கைக்குட்டையைக் கட்டிக்கொள்ளலாம் என்று தீர்மானிப்பதற்குள், பானுமதி, முகம் தெரிகிற தூரத்தில் வந்து விட்டாள். பளீர் என்று அடிக்கிற வெயிலுக்குள் கனிந்தது போல அவள் நடந்துவருவதும், ஒரு மஞ்சள் தேங்காய்ப்பூத் துண்டு போட்டுத் தோளில் சாத்திய நிலையில் அவளுடைய குழந்தை இருப்பதும் பார்க்கப்பார்க்க நன்றாக இருந்தது.

இதுபோன்ற இளம் நீலத்தில் அவள் இன்னும் எத்தனை சேலைதான் வைத்திருப்பாளோ தெரியவில்லை. இன்றைக்கும் கட்டம் கட்டமாகப் போட்ட ஒரு லீம் புடவைதான். அடர் நீலத்தில் வளைவு வளைவாகக் கீழ்ப்பக்கத்துச் சட்டைக் கையில் கருப்புநூலும் மஞ்சள் நூலும் வைத்துத் தைத்திருந்த இடது புஜத்தில் அணைவாகக் கண்களை மூடிக் குழந்தை தூங்கிக்கொண்டு

இருந்தது. பெண்குழந்தை போல. காலில் வெள்ளித்தண்டையும் கையில் வெள்ளிக்காப்பும் கன்னத்தில் திருஷ்டிப் பொட்டுமாக இந்தக் கைக்குழந்தைகள்தான் எவ்வளவு அழகாக இருக்கின்றன.

அண்ணன் விரும்பியபடி பானுவுக்கும் அண்ணனுக்கும் கல்யாணம் ஆகியிருந்தது என்றால், ஒருவேளை அண்ணன் இந்தக் குழந்தைக்கு நிச்சயமாக அப்பா பெயரைத்தான் விட்டிருப்பான். பரமகல்யாணி என்ற பெயரை ஸ்டைலாக 'பரமா' என்று விட்டிருக்கலாம். எனக்குப் 'பரமா' என்று கூப்பிட்டு, அதைக் கொஞ்ச வேண்டும் போல இருந்தது.

முருகேசனைத்தான் பானு முதலில் பார்த்தாள். முருகேசனை அவள் ஒன்றுமே கேட்கவில்லை. என்றாலும் முருகேசன் முந்திக்கொண்டு, "ரெண்டு பேரும் சினிமாவுக்குப் போயிட்டு வந்துகிட்டு இருக்கோம்" என்றான்.

நான், "நல்லா இருக்கீங்களா?" என்று கேட்டுக் கொண்டே பானுவின் தோளில் கிடந்த குழந்தையின் கன்னத்தைச் சுட்டு விரலால் தட்டினேன். தொங்கின அதன் கன்னத்தில் விரல் புதைவது சந்தோஷமாக இருந்தது.

"நல்ல காய்ச்சல்". பானு மிகுந்த சோர்வுடனும் துக்கத்துடனும் சொன்னாள். கிட்டத்தட்ட ஏழெட்டு மாதங்களுக்குப் பிறகு பானுவை இப்போதுதான் பார்க்கிறோம். இவ்வளவு காலத்திற்குப் பிறகு பார்க்கிறபோது, மற்ற சந்தர்ப்பங்களில் எல்லாம் என்ன என்ன பேசத் தோன்றும்.

"காய்ச்சல் விடவே மாட்டேங்கு, சுந்தரம்." பானு மறுபடியும் குழந்தையைப்பற்றி அதே வருத்தத்துடன் பேசினாள் என்றாலும், பானு என் பெயரைச் சொல்லியது சந்தோஷமாக இருந்தது.

"சுந்தரத்துக்கு அப்பா தவறிப்போச்சு." மறுபடியும் முருகேசன் பேசினான். மொட்டை போட்டிருப்பதைப் பார்த்தாலே அவளுக்குத் தெரியாமலா இருக்கும். அப்படியே சொல்லவேண்டும் என்றாலும் பானு கேட்ட பிறகு சொன்னால் போதாதா?

●

முருகேசன் இப்போது மாத்திரமில்லை; அண்ணனும் பானுவும் ஒருத்தரை ஒருத்தர் விருப்பப்பட்டுப் பழகிக் கொண்டிருக்கிறபோதும் முருகேசன் பானுவைப் பற்றித்தான் பேசிக்கொண்டிருப்பான். தப்பித்தவறிக்கூட பானு என்று பெயரைச் சொல்ல மாட்டான்.

ஒரு சமயம், 'அது' என்பான்; அண்ணன் பேச்சோடு பானுவைப் பற்றிப் பேசினால், 'அவங்க' என்பான்.

'என்ன இருந்தாலும் உங்க அண்ணனுக்குத் தைரியம் பத்தாதுடா. உங்க அண்ணனும் டீச்சர், அவுங்களும் டீச்சர். அப்பா, கல்யாணத்துக்குச் சம்மதிக்கலைன்னா சரின்னு அப்படியே விட்டுவிடுகிறதா?'

'அப்பாகூட அண்ணன் எவ்வளவு சண்டை போட்டிருப்பான் தெரியுமா?'

'சண்டைபோட்டு என்ன பிரயோஜனம்? ஜெயிக்கலையே.'

'சில விஷயத்துல சண்டைதான் போடலாம். சண்டை போடுகிறதே பாதி ஜெயிச்ச மாதிரிதான்.'

'பாதி ஜெயிச்சு என்ன புண்ணியம்'. முருகேசன் என்னிடம் இப்படிக் கேட்டானே தவிர, 'சண்டை போடுகிறதே பாதி ஜெயித்த மாதிரிதான்னு சுந்தரம் சொல்லுதான்' என்று என் அண்ணனிடம் போய்ச் சொல்லியிருக்கிறான். அண்ணன் என்னிடம் வந்து, 'அப்படிச் சொன்னியாமே முருகேசுகிட்டே' என்றான். கையைக் கொடுத்துக் குலுக்கினான். இதில் கைகுலுக்கிப் பாராட்ட என்ன இருந்தது என்று எனக்குத் தெரியவில்லை.

அண்ணன் வேலைபார்த்த ஸ்கூலில் இருந்து வேறொரு ஸ்கூலுக்கு மாற்றல் கிடைத்து, பானு போனபிறகுகூட முருகேசன் தான் ஏதாவது வந்து சொல்லிக் கொண்டிருப்பான். 'சயின்ஸ் செண்டருக்கு ஸ்கூல் பசங்களை எல்லாம் கூட்டிக்கிட்டு எக்ஸ்கர்ஷன் வந்திருந்ததுடா அது' என்பான். 'அது வேறே யாரையோ கல்யாணம் செய்துக்கப் போகிறது என்று தெரிந்த பிறகும் அசையாமல் இருக்கிற கல்லுளிமங்கன் உங்க அண்ணன் ஒருத்தர்தான்' என்று சொல்வான்.

பானுவுக்குக் கல்யாணம் ஆன தேதியில் இருந்து, ஒரு வார்த்தைகூட, அண்ணன், அப்பாவுடன் பேசுவதில்லை என்பது வீட்டுக்குள் எங்களுக்கு மட்டும்தான் தெரியும். 'என்ன இருந்தாலும் உன்னைப பெத்த அப்பா'டா' என்று அம்மா கெஞ்சியும்கூட அண்ணன் கடைசிவரை அப்படியேதான் இருந்தான். தூக்கிக் கொண்டு போகிற போதுகூட கரகரவென்று அழுதானே தவிர, 'அப்பா' என்று ஒரு வார்த்தை கதறவில்லை. மொட்டைபோட்டுக் கொள்ளவும் இல்லை.

முருகேசனையும் என்னையும் இப்படிப் பார்ப்பதற்குப் பதிலாக, பானுவையும் குழந்தையையும், இப்படிப் பாத்திமா

பேக்கரி ரொட்டிக்கடை வாசனைக்கு மத்தியில், வாகையடி அம்மன்கோயில் மணி கணார் கணார் என்று விம்மி முச்சந்தியில் உருளுகிற ஒலிக்கிடையே அண்ணன் பார்த்திருந்தால் எப்படி இருந்திருக்கும்.

அண்ணன் எங்களைப் போல இப்படி சைக்கிளை நிறுத்தி யிருக்கவும் மாட்டான், பேசியிருக்கவும் மாட்டான் என்றுதான் எனக்குத் தோன்றுகிறது. பானுவைக் கல்யாணம் பண்ணிக் கொள்வது சாத்தியமில்லை என்று தெரிந்த உடனேயே அண்ணன் கதவை முழுதாகச் சாத்திக் கொண்டான். தென்காசியில்வைத்துக் கல்யாணம் என்று முன்பே தெரியும், பையன் யார் என்று தெரியும். பத்திரிகையைக்கூட இன்னொரு ஆசிரியை மூலம் பானு கொடுத்து விட்டிருந்தாள்.

முருகேசன் அந்தப் பத்திரிகையை வாங்கிப் பார்த்தான், படித்தான். மேல்விலாசம் எழுதப்படாத அழைப்பிதழ் உறையைச் சுண்டிக்கொண்டு சிரித்தான்.

'அது எவ்வளவு ஜாக்கிரதையா இருக்குது, பாரு. அதுக்கு உன் அண்ணன் பெயருக்கு என்ன ஸ்பெல்லிங்குன்னு தெரியாதா? எவ்வளவு கவனமா பெயர் எழுதாமல் கொடுத்துவிட்டிருக்கு, பாரு. பயங்கரமான ஆளுப்பா. நம்பவே முடியாது, இந்தமாதிரி கோஷ்டியை.'

முருகேசன் என்னதான் சொன்னாலும் பானுவுடைய கல்யாணத்திற்கு அண்ணன் போவதுதான் நன்றாக இருக்கும் என்று தோன்றியது. ஒருத்தரை ஒருத்தர் விரும்புகிறோம், பழகுகிறோம். ஏதோ ஒன்று நடக்கிறது, ஒன்று நடக்காமல் போகிறது. அதற்காக அப்படியே எல்லாவற்றையும் கரும்பலகையை அழிக்கிறதுபோல அழித்துவிடுகிறதா? கூழாங்கற்களோ பாறைகளோ, சத்தமில்லாமல் அல்லது சிறு முணுமுணுப்புடன் அவற்றையெல்லாம் தாண்டித் தண்ணீர் ஓடிக்கொண்டே இருப்பது நன்றாகத்தானே இருக்கிறது.

முருகேசனிடம், 'முருகேசு, அண்ணன் போகாவிட்டால் என்ன? நாம் ரெண்டு பேரும் பானு கல்யாணத்திற்குப் போய்விட்டு வருவோமா?' என்று கேட்டேன்.

தென்காசியில் கல்யாணம். அப்படியே பக்கத்தில் அருவிகள் என்று ஒரு சிறு திட்டம்கூட மனத்திற்குள் போட்டுக்கொண்டேன். என்னையே அண்ணன்மாதிரி கற்பனை பண்ணிக்கொண்டேன். பானுவின் கல்யாணத்திற்கு ஒரு கவிதைப் புத்தகம் பரிசளிப்பது என்று எனக்குள் முடிவாகி விட்டது. எந்த அப்பா இந்தக்

கல்யாணத்தை நடக்கவிட மாட்டேன் என்று அண்ணனுக்குத் தடைபோட்டாரோ, அதே அப்பாவின் கல்யாணத்திற்குப் பரிசளிக்கப்பட்ட 'குடும்பவிளக்கு' பிரதியையே கொடுத்துவிட வேண்டும். பழுப்பபடித்து அலமாரிப் புழுக்கம் அடிக்கிற அந்தப் புத்தகத்தைப் போன்ற சரியான குறியீடு வேறு இருக்க முடியாது.

நானே அண்ணனாகப் போய், பானுவுக்கு அதைப் பரிசளித்து விட்டு அப்படியே ஒவ்வொரு அருவியாகத் தாவித் தாவி மேலே போகிறேன். பொங்கிப் புகையாக வழிகிறேன். 'ஆறாவது அருவி' என்று மறுநாள் செய்தித் தாள்களில் படத்துடன் செய்தி வருகிறது. அருவிக்கு அண்ணன் ஜாடை.

முருகேசன் உடனடியாக மறுத்தான். 'சீச்சீ, உங்க அண்ணனே போகலை. அப்புறம் உனக்கும் எனக்கும் என்னடா வந்தது? இப்படி நீ சொன்னேங்கிறது உங்க அண்ணன் காதில விழுந்தால்கூட அவரு வருத்தப்படுவாரு' என்று சொன்னான். இப்படிச் சொன்னானே தவிர, இவனே அண்ணனிடம் போய் இதைச் சொல்லியும் விட்டிருக்க வேண்டும்.

நான் குளித்துவிட்டு வெளியே வருகிறதற்கு முன்பு, எனக்குப் பின்னே வருகிறவர்கள் குளிக்கட்டும் என வாளியை நிரப்பிக் கொண்டிருந்தேன். குழாயிலிருந்து தண்ணீர் விழுகிற சப்தம் அவ்வளவு இதமானது இல்லை. எனினும் தண்ணீர் நிரம்பிவழிதல் என்ற செயலின் அழகுக்காக அப்படிச் செய்வது பிடித்துப் போயிற்று. ஒரு அகன்ற பிளாஸ்டிக் தொட்டி தளதளவென்று நிரம்பி விளிம்பு வட்டத்தினைத் தாண்டிச் சட்டென்று வழிகிற நேரம் அண்ணன் குளியல் அறைக்குள் வந்தார். ஒரு இளம்பச்சைத் தேங்காய்ப்பூத்துண்டு, கழுத்தும் பிடரியும் முங்கக் கிடந்தது.

'முருகேசுவும் நீயும் கல்யாணத்திற்குத் தென்காசிக்குப் போயிட்டு வந்திருக்கலாமே' என்று எனக்கு மட்டும் கேட்கிற மாதிரி சொன்னார். அண்ணனைப் பார்த்தேன். அண்ணன் நிரம்பி வழிந்து அழகாக இருந்தார்.

•

பானுவையும் குழந்தையையும் பார்க்கும்போதுகூட அழகாகத்தான் இருக்கிறது.

"என்ன வெயில் அடிக்குது, ஒரு குடையை வச்சுக்கிட்டு வந்திருக்கலாமே". நான் பானுவின் முதுகுப்பக்கம் போய்க் குழந்தையின் விரல்களைப் பிடிக்க முனைந்தேன். சிறு கூர்மையுள்ள

நகங்களுடைய அந்த விரல்கள் நம் விரல்களைப் பற்றுகிற விதத்திற்கு ஏங்கினேன்.

“இவ்வளவு இருக்கும்னு நினைக்கலை”. பானு சாதாரணமாகவே இதைச் சொன்னாள். யாரும் வெயிலைப் பற்றிச் சொல்கிற வார்த்தைகள்தான் இவை. ஆனால் அதையும் மீறி என்ன என்ன அர்த்தங்களை எல்லாமோ அது சொல்வது போலிருந்தது. எதுதான் நினைத்தபடி இருக்கிறது, நினைத்தபடி அமைகிறது?

“டாக்டர் வீட்டுக்குத்தான் போய்க்கிட்டு இருக்கேன்.” இப்படிப் பானு சொன்னதும் அவளுடன் ஏதாவது மீண்டும் பேச வேண்டும் என முருகேசுக்குத் தோன்றியிருக்குமோ என்னவோ. “எந்த டாக்டர்கிட்டே காண்பிக்கிறீங்க?” என்று கேட்டான்.

பானு பதில் சொன்னாள்.

“சின்னத்தேர் பக்கத்தில் இருக்கிறாரே அவரா?” என்று கேட்டதற்குப் பானு ஒப்புதலாகத் தலை அசைத்ததும், முருகேசு மறுபடியும், “ராசியான ஆளு” என்று சொன்னான். ஏதோ தினசரி நான்கு கைப்பிள்ளைகளை அவன் அவரிடம் காட்டி வருவது போலவும், அவன் குறிப்பிடுகிற அந்தச் சின்னத் தேரடி டாக்டர் தொட்டதும் உடனுக்குடன் குணமாகிவிட்டது போலவும் அவன் முகம் இருந்தது. இப்படி பாவலா பண்ணுவதுதான் முருகேசனிடம் எனக்குப் பிடிப்பதில்லை.

“ராசியோ என்னவோ. அவர்கிட்டே காண்பிக்கிறதுதான் கட்டுபடியாகிறது” என்று பானு சொன்னாள். பானுவும் இவ்வளவு தீவிரமான பதில்களை எல்லாம் சொல்ல வேண்டியதில்லை என்றே எனக்குத் தோன்றிற்று.

“இன்னும் ரொம்ப தூரம் நடக்க வேண்டி இருக்கிறதே” என்று நான் சொன்னேன்.

“என்ன பண்ணுகிறது? கொஞ்சம் தூரம்தான்” என்று பானுவும் சொன்னாள். அந்த மஞ்சள்துண்டைச் சரிசெய்து குழந்தையின் தலையில் வெயில்படாமல் இருக்கும்படி இழுத்துவிட்டாள். துண்டின் நூலிழை பட்ட கூச்சத்தில் குழந்தை தன் முகத்தைப் பானுவின் தோளில் உருட்டிக் கொண்டது.

“சைக்கிள் காரியரிலே வேணும்னா உட்காருகிறீங்களா?” நான் பானுவிடம் கேட்டேன். காலை ஊன்றிச் சரித்துக் கொண்டிருந்த சைக்கிளை உடனடியாக நிமிர்த்திக் கொண்ட முருகேசன், “உட்காருங்க. கொண்டுபோய் விட்டு விடுகிறேன்”

என்று அவசரப்பட்டான். பானுவுக்கு வெயிலில் குழந்தையுடன் நடந்து வருவது நிஜமாகவே கஷ்டமாக இருந்திருக்க வேண்டும்.

"சிரமம் இல்லையே?" என்று என்னைப் பார்த்து பானு கேட்டாள்.

"அதெல்லாம் ஒண்ணுமில்லை?" முருகேசு, பானுவைப் பார்த்துச் சொன்னான்.

"இவளைக் கொஞ்சம் வச்சுக்கோ, நான் உட்கார்ந்துகிட்ட பிறகு வாங்கிக்கிடுதேன்." பானு குழந்தையை என்னிடம் தந்தாள். காய்ச்சல் உஷ்ணத்துடன் மெத்தென்று குழந்தையின் மூச்சுப் பட்டது. புடைவைத் தலைப்பை இடுப்பில் செருகின பின்பு, சற்று உந்திச் சைக்கிளின் பின்னால் ஏறிக்கொண்டாள். என் கையில் இருந்த குழந்தையை வாங்கித் தோளில் சார்த்திக்கொண்டு உச்சியில் முத்தினாள்.

"போகலாமா?" என்று சைக்கிள் பெடலைச் சரியான நிலையில் வைத்துக்கொண்டு முருகேசன் கேட்டான். முருகேசன் முகம் ரொம்பச் சந்தோஷமாக இருந்தது.

"நீ நடந்து போயிக்கிட்டே இரு. இவுங்களை டாக்டர்கிட்டே விட்டுட்டு நான் வந்திடுதேன்" என்று ஒரு கையை அசைத்தான்.

"பார்த்துப் போ" என்று முருகேசன் தோளில் கைவைத்தேன். பானுவும் தலையைச் சாய்த்துச் சிரித்தது மாதிரியிருந்தது. கிணுங் என்று மணியடித்தது. மணல் சரசரத்தது.

"வந்துருதேன்." முருகேசன் சைக்கிளை மிதிக்க, சைக்கிள் சப்பாத்தி விலாஸ், ஜெயின்கோயில், கோவாப்டெக்ஸ் எல்லாம் தாண்டிப் போனது. இங்கிருந்து பார்க்கப்பார்க்க சின்னத்தேர் நெருங்கிக் கொண்டிருந்தது.

சின்னத்தேர் என்ன, பெரியதேர் என்ன?

எல்லாவற்றிற்கும் சேர்த்துத்தானே ரதவீதி இருக்கிறது.

– 'கல்கி', தீபாவளி மலர 1997

அழைக்கிறவர்கள்

"அம்மு, யார் வந்திருக்காங்க பார்." அலர்மேலு நரசையாவின் அம்மா எனக்குக் கதவைத் திறந்த வாக்கில் உள்ளே பார்த்துச் சத்தம் கொடுத்தார்.

அலர்மேலு வந்து கதவைத் திறப்பார், இரவு இத்தனை மணிக்கு மேல், அதுவும் ஒன்பது வருடங்களுக்குப் பிறகு நான் வந்து நிற்கிற ஆச்சரியத்தில் விரிகிற அவருடைய கண்களை எனக்குப் பார்க்க வேண்டும் என்று நினைத்துக்கொண்டு அழைப்பு மணியை அழுத்தியவனுக்கு, அவருடைய அம்மா வந்து திறந்தது ஏமாற்றம்தான். உலர்ந்திருந்த தொண்டையில் எச்சில் இறங்கத் துவங்கியது. லிப்டில் வந்துகொண்டிருந்தபோதும் இந்த சி–3 கதவுமுன் நிற்கும்போதும் எனக்கு ஏற்பட்டிருந்த படபடப்பு இன்னும்கூட அடங்கவில்லை.

உள்ளே நுழைந்தவுடனாவது அலர்மேலு நரசையா இருந்திருக் கலாம். அந்த மரநாற்காலி காலியாக இருந்தது. சோபா காலியாக இருந்தது. டி.வி.கூட ஓடிக்கொண்டிருக்கவில்லை. ஒரு தையல் ஊசிக்காகத் தேடி நூல்கண்டு டப்பா முழுவதையும் கீழே கொட்டும்போது, வெவ்வேறு வர்ண நூல்கள் உருண்டு கிடக்கிற மாதிரி என்னென்னவோ எல்லாம் சிதறிக்கிடந்தன – அலர்மேலு நரசையா தவிர.

''தலைவலிக்குதுண்ணு இப்போதான் உள்ளே போய்ப் படுத்தா" என்று சொன்ன அம்மா, "உங்க பெண்ணுக்குக் கல்யாணம் பேசி முடிச்சிருக்கேளாமே, சந்தோஷம்" என்று சிரித்தார்.

அலர்மேலு நரசையா தன்னுடைய அந்தப் பிரத்யேகச் சிரிப்பை அம்மாவிடமிருந்துதான் பெற்றிருக்க வேண்டும். அலர்மேலுவின் அந்தச் சிரிப்பு எத்தனை முறை கட்டிப்போட்டிருக்கிறது, துரத்தி யிருக்கிறது, அலைக்கழித்திருக்கிறது, சந்தோஷப்படுத்தியிருக்கிறது. அவருடைய குரலில்கூட அந்தச் சிரிப்பு இருக்கத்தானே செய்கிறது.

"தலைவலியா? பாவம். படுத்திருந்தால் இருக்கட்டும். நான் போயிட்டுக் காலையிலே வாரேன்." நான் நிஜமாகவே திரும்பிவிட விரும்பினேன். கதவைத் திறந்ததுடன் அவர் இல்லாதது துவங்கி இந்த நிமிடம்வரை எல்லாமே வேறுமாதிரி ஆக்கிவிட்டன என்னை. ஒடிந்த ஒற்றைச்சிறகைத் தொய்யவிட்டுக்கொண்டே பக்கவாட்டில் நகர்கிற பறவைமாதிரி இருந்தது எனக்கு.

"எவ்வளவு வருஷத்திற்குப் பிறகு, எத்தனை தொலைவிலேர்ந்து வந்திருக்கேள். கூப்பிட்ட ஒரு சத்தத்திலே வரலேண்ணா உடனே புறப்பட்டுரதா. எங்க மஞ்சுவோட கல்யாணத்துக்கே, 'சார் வருவாரும்மா, வருவாரும்மா'ண்ணு அம்மு வாசலைப் பார்த்துக் கிட்டு நின்னா." அந்தக்காலத்து ஆள்கள், 'நீ வரவில்லையேடா பாவி' என்பதை எவ்வளவு அழகாகச் சொல்கிறார்கள். அலர்மேலு பெண் கல்யாணத்திற்கு நான் வந்திருக்க வேண்டும்தான்.

"சித்தே உட்காருங்க. இந்த நாற்காலிதான் ஏற்கனவே உங்களுக்குத் தெரியுமே. 'மைசூர் மியூசியத்துல காணோம்னு அதைத் தேடிக்கிட்டு இருக்கா'ண்ணுகூட கிண்டல் பண்ணுவேளே. இந்த வாட்டியாவது நீங்க உட்கார்கிற கொடுப்பினை அதுக்கு வாய்க் கட்டும்." என் பக்கம் அந்த நாற்காலியை இழுத்துவிட்டுவிட்டு, அலர்மேலு நரசையாவின் அம்மா உள்ளே போனார்கள்.

நான் அந்த நாற்காலியையே பார்த்தேன்.

அலர்மேலு நரசையாவுக்கு ரொம்பப் பிடித்த இருக்கை. எப்போதும் வீட்டில் உட்கார்ந்திருக்கிறது இதில்தான். ஒரு தடவை, 'அந்த நாற்காலியில் அப்படி என்ன இருக்கிறது' என்று கேலி செய்தேன்.

'என்னமோ எனக்குப் பிடிச்சிருக்கு அது'. அலாமேலு சொன்னார்.

'பிடிச்சிருக்கிறது சரி, வசதியாகத் தெரியலையே' என்று அந்த நாற்காலியில் உட்காராமலே கேட்டேன்.

'பிடிச்சிருக்கு என்கிறதே ஒரு வசதிதானே'. அலர்மேலு திருப்பிச் சொன்னபோது, அவர், ஜன்னல் விளிம்பில் சாய்ந்து கையைக்

கட்டிக்கொண்டு நின்றார். என்னைப் பார்த்துக்கொண்டு அப்படிச் சொன்னபோது முகத்தின் எந்தப் பகுதி சிரித்தது என்று சொல்ல முடியவில்லை. ஆனால் பிரகாசமாகி விட்டிருந்தது. அந்த கண்களின் ஈரமான உருளலைப் பார்க்கும்போது எனக்கு உடம்பு அதிர்ந்தது.

இந்த முறை அந்த நாற்காலியில் உட்கார்ந்து கொண்டேன். எத்தனையோ தடவை அலர்மேலு நரசையா உட்கார்ந்திருந்ததன் வெதுவெதுப்பு அந்த நாற்காலியில் நான் இப்போது உட்கார்கிற போதுகூட இருந்தது. பெண்கள் மட்டும் வாழ்ந்து புழங்குகிற அறைகளில் மட்டும்தான் நான் இப்போது உணர்கிற வாசனை இருக்கமுடியும். இவ்வளவு வேப்பமரங்கள் இந்தக் குவார்ட்டர்ஸில் இருந்தால்கூட காற்று மேலும் மேலும் அந்த வாடையைத் துடைத்துப் புதிது பண்ணுகிறமாதிரியே பட்டது,

சற்றே அதுமாறித் தலைவலித் தைலவாசனை மூக்கை நெருடிய போது, அலர்மேலு நரசையா பக்கவாட்டு அறையிலிருந்து எழுந்து வந்து கொண்டிருந்தார், தூக்கம் கலைந்து வருகிற முகங்களில் இருக்கிற, கோபம் ஒளித்து வைக்கப்பட்ட அழகில். அவருடைய தலைமுடி பறந்து கொண்டிருந்தது.

“வாங்க, எதிர்பார்க்கவே இல்லை” என்று கும்பிட்டுக் கொண்டே வந்தார். அலர்மேலு நரசையாவைச் சேலையில் தான் இதுவரை பார்த்திருக்கிறேன். வீட்டில் இருக்கும்போதுகூட சேலையைத் தவிர வேறு உடைகளில் அவரைப் பார்த்ததில்லை. இதுபோன்ற இரவு உடுப்புகளில் நீள் அங்கிகளில் அவரைப் பார்க்க நேர்வது இதுதான் முதல்தடவை.

எத்தனையோ பேர் இப்போது ஹவுஸ்கோட் அணிகிறார்கள். இதோ கல்யாணப்பத்திரிகை வைக்க வந்திருக்கிற என்னுடைய பெண்கூட அநேகமாக இந்த உடையில்தான் வீட்டில் நடமாடு கிறாள். அலர்மேலு நரசையாவின் மகள்கூட அப்படித்தான் இருக்கக்கூடும்.

இந்த உடையில் அலர்மேலுவைப் பார்க்க நேர்ந்ததும் ஒரு சிறு தீ எரிந்தது. நாற்பத்தைந்து வயதுக்குமேல் ஒரு பெண் வளரமுடியுமா என்ன? அவர் ஒருபிடி வளர்ந்து சதைபிடித்து நிற்பதுமாதிரி இருந்தது. எப்போதும் அலர்மேலு நரசையா தேர்ந்தெடுக்கிற வெளிர்நிறமும் சிறுபூக்களும்தான் ஹவுஸ் கோட்டிலும். மேலிருந்து கீழேவரை தளர்ந்தும் தொய்ந்தும் கிடந்த துணிகளின் நீளமங்கல்களுக்குள் அலர்மேலு நரசையா சிறு பொழுதே நின்றார்.

அவரை நானும், என்னை அவரும் முழுவதுமாக அந்தச் சிறுபொழுதுக்குள் வரைந்துகொண்டதுமாதிரித் தோன்றிற்று. அவருடைய உதட்டின் சிறு நடுக்கங்களையும் நாசி நுனியின் இறுக்கமான பளபளப்பையும் கண்களின் தணிவையுமே பார்த்துக் கொண்டிருந்தேன்.

"இருங்கள், வந்துவிடுகிறேன்" என்று அவர் நகர்ந்தார். அப்படி நகர்வதற்கு முன்பு அவரது கடைவாய்ப் புள்ளியில் வெட்கமும் சிரிப்பும் ஒன்றோடு ஒன்று மோதி அடங்கியது. பாறையில் அலை அறைந்து நுரை சிதறியது.

"நீங்க அடுத்த வாரம்தானே வரதாக இருக்கிறதா அம்மு சொன்னா." அலர்மேலுவின் அம்மா எனக்கு முன் இருந்த சோபாவில் உட்கார்ந்திருந்தார். அது முன்பு அலர்மேலு நரசையாவின் பாட்டி உட்கார்ந்திருக்கிற இடம்.

"பாவம், பாட்டி போயிட்டாங்க போலே இருக்கு." நான் நிஜமாகவே வருத்தம் தெரிவித்தேன். "பாவம் என்ன, பாவம். போறதுக்கு எண்பத்தாறு வயது போறாதா? பேத்தியை ஆபிஸராய்ப் பார்த்துட்டா. பூட்டி கல்யாணத்துக்குக் கெட்டிமேளம் விழுகிறதுக்கு எல்லோர் காதுக்குமா கொடுத்து வச்சிருக்கு? அம்முவை வெறுங் கழுத்தாகப் பார்த்த கண்ணை அலம்பிவிடறா மாதிரி மஞ்சு கல்யாணத்தை ஆண்டவன் அவளுக்குக் காட்டினார். 'போதுண் டாப்பா பகவானே'ன்னு அவளும் போயிட்டா. நானும் நாள் முச்சூடும் ஆடுகிறதையும் பாடுகிறதையும் கலர் டி.வி.யிலே பார்த்து விட்டு உட்கார்ந்திருக்கேன். ஒரு பாவமுமில்லை, எல்லாம் புண்ணியம்தான், போங்கோ." இப்படிக் கேட்பதற்கும் சுவாரசிய மாகத்தான் இருக்கிறது. இப்படி எல்லாவற்றையும் சுலபமாகப் பேசுவதற்கு இந்த வாழ்க்கைதானே கற்றுக்கொடுத்திருக்கிறது. மிஞ்சிமிஞ்சிப் போனால் கதைப்புத்தகம் வாசிக்கிற அளவு படித்திருப்பார்களா? கதைப்புத்தகம் எல்லாம் என்ன இப்படியா சுளீர் சுளீர் என்று சொல்லைத் தூக்கி வீசுகிறது?

"பாவம் புண்ணியம்னு அம்மா என்ன கதாகாலட்சேபம் பண்ணுகிறா?" அலர்மேலு நரசையா எதிரே வந்து அம்மாவின் பக்கத்தில் உட்கார்ந்திருந்தார். இவர் உட்கார்வதற்காகக் காத்திருந்த மாதிரி, உட்கார்ந்த அலர்மேலுவின் கையை அம்மா எடுத்து முத்திக்கொண்டார். அலர்மேலு நரசையாவின் புறங்கையில் அவருடைய அம்மா குனிந்து கொண்டிருந்த நேரம், அலர்மேலு என்னைப் பார்த்த பார்வையில் அசைவே இல்லை.

அவரா நானா, அசைந்து கொண்டிருந்தது யார் என்று தெரியவில்லை – அடுத்த ரயில் நகர்கிறபோது நம்முடைய ரயில் நிற்கிறதா, நம் ரயில் நகர்வில் அடுத்த ரயில் நிற்கிறதா என்று தெரியாததுமாதிரி.

சேலைத்தலைப்பைச் சரிபண்ணிக்கொண்ட சிறு முயற்சியில் அலர்மேலுவின் வலது கை உயர்ந்து தாழ்ந்தது. ஹவுஸ் கோட்டிலிருந்து மாறி, அதிகம் சாயம் இழந்த ஒரு பருத்திப்புடவையில் இப்படி இருக்கும்போதுகூட அலர்மேலு நரசையா முன்னிலும் அழகாகிவிட்டமாதிரி இருந்தது. அவருடைய சுருள்சுருளான முடிகள் இந்த ஒன்பது வருடங்களில் அப்படி ஒன்றும் பெரிதாக நரைத்துவிடவில்லை.

இப்போது அவர் பாட வேண்டிய நேரம் என்று மனம் சொல்லிற்று.

"மனமே முருகனின் மயில்வாஹனம்" என்று அலுவலகக் கூட்டங்களில் அவர் பாடுகிற கடவுள்வாழ்த்துப் பாடல் ஞாபகம் வந்தது. 'குரலே செந்தூரின் கோயில்மணி' என்ற அடியைப் பாடும் போது, அவர் இமைகள் தாழ ஆரம்பிக்கும். 'குகனே சண்முகனே என்றொலிக்கும் இனி' என்று பாடும்போது, கண்கள் மூடிவிட்ட தோடு மட்டுமல்லாமல் கைகள் இரண்டும் கூப்பி உயர்ந்திருக்கும்.

"இப்போது நீங்கள் பாடப்போவது போல இருக்கிறது" என்றேன்.

அலர்மேலு நரசையா சிரித்தார்.

"நீங்கள் பாடப்போகிற பாடல்கூட என்ன என்று சொல்லி விட முடியும் என்னால்."

'சொல்லுங்கள்' என்று அலர்மேலு சொல்லவில்லை. சிரித்தபடியே இருந்தார். குயில்கூவித் துயில் எழுப்ப, கொடியரும்பு கண்விழிக்க." நான் அலர்மேலு நரசையாவை மட்டும் பார்த்துச் சொன்னேன்.

"குயில் இந்த அர்த்தராத்திரியிலா." அவருடைய அம்மா கிண்டல் செய்ய ஆரம்பித்தார்.

அலர்மேலு நரசையா சட்டென்று வலது கையை அம்மா பக்கமாக உயர்த்தினார். 'நிறுத்து' என்பது போல இருந்தது. உயர்த்தின கை உயர்த்தினபடி அப்படியே இருந்துவிட்டு இறங்கியது.

"அதுக்கில்லேடி..." அம்மா விளக்கிச் சொல்ல வாயைத் திறந்தபோது கை மறுபடி உயர்ந்தது. அப்படியே சேலைத்

தலைப்பை முதுகைச் சுற்றி முன்கழுத்துக்குக் கொண்டு வந்து போர்த்தியது.

அலர்மேலு நரசையா பாட ஆரம்பித்தார். நான் சொன்ன அதே பாடல். எங்கள் மூன்று பேருக்கு மட்டும் கேட்கிறமாதிரி தான் பாடினார். வெளியே உள்ள வேப்பமரம் கேட்டுவிட்டது, எப்படியோ. ஒரு முறை முற்றிலும் தன் இலைகள் அனைத்தையும் சிலிர்த்து மொத்தமாகத் தணிந்து அசைந்தது. புரண்டு வந்து காற்றில் – அடைத்த கதவுகள் திறந்து, திறந்த கதவுகள் அடைத்துக் கொண்டன.

நான் எழுந்து நின்று கைப்பையிலிருந்து கல்யாணப் பத்திரிகையை எடுத்து அலர்மேலு நரசையாவின் அம்மா கையில் கொடுத்து–

“பொண்ணுக்குக் கல்யாணம், அவசியம் வந்து ஆசீர்வாதம் பண்ணணும்” என நின்றேன்.

“அம்மு கையிலே கொடுங்கோ, அவள்தான் நாலு மாசத்துக்கு முன்னாலேயே, ‘கல்யாணம் திகைஞ்சிருக்கு’ன்னு கேள்விப் பட்டதுலே இருந்து, கண்டிப்பா நான் போகப் போறேம்மான்னு பறந்துகிட்டு இருக்கா.”

பத்திரிகையை நீட்டிக்கொண்டிருந்த என் கையைத் தன்னுடைய கையால் நெட்டி அலர்மேலு நரசையா பக்கம் தள்ளிவிட்டு, “சூடாக ஏதாவது குடிக்கலாம் இல்லையா?” என்று அம்மா கேட்டார். நான் பதில் சொல்வதற்கு முன்பே சமையலறைப் பக்கம் நகர்ந்து சென்றார்.

“அவசியம் வரணும்.” நான் அலர்மேலு நரசையாவிடம் சொன்னேன்.

“கண்டிப்பாக வருவேன்.” பத்திரிகை அலர்மேலுவின் கையில் இருந்தது.

“மஞ்சு கல்யாணப் பத்திரிகையை நீங்கள் கொடுத்தபோது, நானும் இப்படித்தான் சொன்னேன்; வரமுடியவில்லை.”

“நானும் இப்படித்தான் சொல்வேன். ஆனால் வரமாட்டேன்.”

“வரமாட்டீங்களா?”

“அது உங்களுக்கும் தெரியும். நீங்கள் மஞ்சு கல்யாணத்திற்கு வரமாட்டீங்க என்று மட்டும் எனக்குத் தெரியாதா என்ன,

தெரியும்." அலர்மேலு ஒரு விசிறிபோல அழைப்பிதழைத் தன் முகத்திற்கு அருகில் வீசிக் கொண்டிருந்தார்.

பழுக்கக் காய்ந்தது போல் உடல் முழுவதும் எனக்குள் ஒரு வெப்பத்தின் கம்பி இறங்கியது.

"அதுக்காக அழைக்காமல் இருக்க முடியுமா. அழைப்பிதழ் என்கிறதே ஒருத்தரை ஒருத்தர் அழைச்சுக்கிடுகிறதுக்குத்தானே." அலர்மேலு நரசையா சிரித்துக்கொண்டே சொன்னார்.

என்னை மிகவும் கசக்கிப்பிழிந்த அவருடைய சிரிப்பு அதுவாகத்தான் இருக்கும்.

- 'இதயம் பேசுகிறது', நவம்பர் 1997

கருப்புப்பசு (என்கிற) பாத்திமா

இப்படி அதிகாலை ரயிலில் வந்து இறங்கி வீட்டிற்கு நடந்துபோவது நன்றாகத்தான் இருந்தது.

இருட்டுக்குள், தண்டவாளங்கள் வளைந்து கிடந்தன. ஒன்றுமே தெரியாத முகத்துடன் அவை எந்தச் சம்பந்தமும் அற்றதுபோல அப்படிக் கிடப்பது எனக்குப் பிடித்திருந்தது. நான்கூட இறங்கி வந்த ரயிலை முற்றிலும் மறந்து விட்டிருந்தேன். எடைபார்க்கிற இயந்திரம் சிவப்பாக மினுங்கியது. குடும்பத்துடன் வரும்போது யாராவது ஒருவரை மட்டுமாவது எடைபார்க்கத் தூண்டிவிடுகிற அது ரொம்பச் சோர்வுடன் இப்போது நிற்பது போலிருந்தது. படிகளின் திருப்பங்களில் தூங்கிக்கொண்டிருந் தார்கள். மூத்திரவாடை அவர்களை ஒன்றும் செய்யவில்லை. வழியெல்லாம் வீசி எறியப்பட்டிருக்கிற மஞ்சள் பயணச் சீட்டுகள்.

ஸ்டேஷனுக்கு வெளிச்சுவரில் புதிதாக ஒட்டப்பட்டிருக்கிற சுவரொட்டிகளை இன்றைக்கும் படிக்காமல் இருக்க முடிய வில்லை. இருட்டில் சுவரொட்டி முகங்கள் வினோதமாகச் சிரித்தன. சைக்கிள் ரிக்ஷாவின் மேல் வேப்பிலைகள் உதிர்ந்து கிடக்க, ரிக்ஷாவில் படுத்திருந்தவன் கரண்டைக்காலின் மேல் கட்டுப் போடப்பட்டிருந்தது. ஆட்டோ உறுமல் இல்லை, பூக்காரி வரிசை இல்லை என்றாலும் அந்தந்த இடங்களில் வாடிக்கையாக உட்கார்ந்து வியாபாரம் பண்ணுகிற முகங்களும் குரல்களும்

ஞாபகத்திற்கு வந்தன. ஒரு குரல் பக்கத்தில் கைப்பிள்ளை உட்கார்ந் திருந்தது. இன்னொரு குரலில் இரு பக்கம் ஊன்றுகோல்களுடன் ஒருத்தர் கையேந்திக் கொண்டிருந்தார்.

பிள்ளையார்கோயிலில் பூட்டுத் தொங்கியது, மடக்குக் கதவு போட்டு நவ்தால் பாதுகாப்புடன். விபூதிவாசனை வந்து கொண் டிருந்தது.

ஸ்டேஷன் பக்கத்திலிருந்து ஆரம்பித்துக் கடைசிவரை நிற்கிற காய்கறிக்கடைகள் மூடியிருந்தன. இரண்டு பக்கங்களிலும் ஜாதிக் காய்பெட்டி – சாக்குமூட்டைகள் என்று அங்கங்கே அடுக்கப் பட்டு, அதன்மேலேயே ஒன்றிரண்டு பேர் படுத்துத் தூங்கிக் கொண்டிருந்தார்கள். கடலைக்கடைக்குப் பக்கத்திலுள்ள காய்கறிக் கடைக்காரர் முகம், தூங்கும்போது பச்சைப்பிள்ளை முகம்மாதிரி இருந்தது. முறுக்கிவிடப்பட்டிருக்கிற மீசைக்கும் கட்டியிருக்கிற தாயத்துக்கும் ஏற்ப, வியாபாரம் செய்யும்போது அவரிடம் தென் படுகிற கறார் இப்போது எங்கே போயிற்று என்று தெரியவில்லை. அவர் படுத்திருக்கிற சாக்கு விரிப்பிலேயே, முன்னங்கால்களின் மேல் முகத்தை வைத்துக்கொண்டு ஒரு கருப்புநாய் தூங்கியது.

கருப்புநாயைப் பார்த்ததும் கருப்புப்பசுவின் ஞாபகம் வந்து விட்டது எனக்கு. பசுவா அது? காளையாகவோ யானையாகவோ பிறந்திருக்க வேண்டியது. தப்பித்தவறி பசுவாகப் பிறந்துவிட்டது. இவ்வளவு பெரிய உருவத்துடன் பசுக்கள் இருக்கமுடியும் என்பதும், தன் இஷ்டத்திற்கு அவை இரைதேடிக்கொண்டு, இப்படிச் சர்வசாதாரணமாக அலையமுடியும் என்றும் இங்கேதான் எனக்குத் தெரிந்தது.

நானும் ஈஸ்வரியும் என்றைக்கு எல்லாம் இங்கே வந்து காய்கறி வாங்குகிறோமோ அன்றைக்கு எல்லாம் இந்தக் கருப்புப்பசு வந்து பயங்காட்டியிருக்கிறது.

ஒன்று, அது என் முன்னால் வரும் அல்லது பின் பக்கத்துக் கடையில் முட்டைக்கோஸ் இலையை ஒரு வாய் கவ்விக் கொண்டு, 'பூஸ்' என்று நல்லபாம்பு மாதிரி மூச்சுவிடும். மூச்சு விடுவதுகூடப் பரவாயில்லை. அந்தச் சமயத்தில் குனிந்திருக்கிற தலையை அது உயர்த்துகிற விதம்தான் நம்மைக் கலவரப்படுத்தும்.

யாராவது ஒரு காய்கறிக்கடைக்காரர் அடித்து விரட்டுவார். அந்த விரட்டலில் ஓரமாக நிறுத்தி வைக்கப்பட்டிருக்கிற சைக்கிள் களைத் தள்ளிவிட்டுக் கொண்டு, நேராக என்னை முட்டிச் சாய்க்க முடிவு செய்துவிட்டது போல், தடக்தடக் என்று ஓடிவரும்.

நான் ஈஸ்வரியையும் இழுத்துக்கொண்டு, பக்கத்திலிருக்கிற மெடிக்கல் ஸ்டோர் நடையிலோ தேங்காய்க் கடையிலோ ஏறுவேன். அப்படி உடனடியாக ஏறமுடியாத ஒரு சமயத்தில், அந்த இடத்தில் இருந்த ஒரு தந்திக்கம்பத்தோடு தந்திக்கம்பமாய் நான் சாய்ந்துகொண்டு வாய்விட்டு அலற, அவ்வளவு தூரம் ஓடியே வந்த கருப்புப்பசு, சடன் பிரேக் போட்டதுபோல, எனக்கு முன்னே வந்து நின்றபடி, சாதுவாகக் கழுத்தைத் திருப்பி, உடம்பை நக்கிக் கொடுத்துக் கொண்டது. வெளிறின என் முகத்தில் பதற்றம் இருந்திருக்கும்.

‘ஒரு பசுமாட்டுக்குப்போய் இப்படிப் பயப்படுவாங்களா?’ ஈஸ்வரி சிரிப்பாள். காய்கறிப்பையின் வெளியே தொங்குகிற கொத்துமல்லித்தழையும் சிரிப்பதுபோல இருக்கும்.

‘முட்டித் தள்ளினால் அல்லவா தெரியும்’ என்று நான் சொல்லுவேன். ‘அதைப்பார்த்தால் முட்டுகிறமாதிரியா இருக்கு? அதன் கண்ணைப்பார்த்தால் அப்படியா தெரியுது? கொம்பைப் பாருங்க. கண்ணு – கொம்பு எல்லாம் இருக்கட்டும், சொம்பு கணக்காகத் தொங்கிக்கிட்டுக் கிடக்கிற மடியைப் பார்த்தா கன்னுக்குட்டியைத் தேடிக்கிட்டு அலைகிறமாதிரி இருக்கே தவிர, முட்டுகிறதுக்கு வருகிறமாதிரியா இருக்கு?’

இப்படிச் சொல்லிக்கொண்டே ஈஸ்வரி என்னிடமிருந்து நகர்ந்து போவாள். இவளும் கன்றுக்குட்டியைத் தேடுகிற மாதிரித் தான் இருக்கிறது. எல்லோரும் அவரவர் பெண்களை – பையன் களைத் தேடிக்கொண்டு அலைவது மாதிரித் தோன்றியது.

பின்னால் உள்ள இலைக்கடையில் நறுக்கிப் போடப் பட்டிருக்கிற இலைத்துண்டுகளைக் குனிந்து ஈஸ்வரி அள்ளிக் கொண்டிருந்தாள். கருப்புப்பசு ஒரு எட்டு அவள் பக்கம் நகர்ந்து வாயில் வாங்கிக் கொண்டது. அது சுவைக்கச் சுவைக்க வாழை யிலையின் வாசனை வந்தது. இலையின் நடுத்தண்டு கரகரவென்று அறைபட்டது. ஈஸ்வரி, ஒரு பிள்ளையைத் தடவிக்கொடுப்பது போல, அந்தப் பசுவின் கருப்பும்வெளுப்புமான அடிவயிற்றை மேலிருந்து கீழாக நீவிவிட்டுக்கொண்டு நின்றாள்.

சினிமாக்களில் எல்லாம் பாட்டுச் சொல்லிக் கொடுக்கிற வேடங்களில் ஒல்லியாக ஒரு அம்மா வருவாரே, அவர் மாதிரி இருந்தது ஈஸ்வரியைப் பார்க்க. அவளுக்குச் சற்றும் சம்பந்தம் இல்லாத உயரமும் பருமனுமாக அந்தக் கருப்புப் பசு நின்றது.

அதன் காதுகள் இரண்டு பக்கமும் மடங்கி நிமிர்ந்து ஈஸ்வரியிடமிருந்து ஏதோ ஓர் ரகசியத்தைப் பகிர்ந்துகொண்டதுபோல மறுபடியும் அசையாது நின்ற தோற்றம் அழகாக இருந்தது. ரகசியம் நிரம்பிய அழகுடன் ஈஸ்வரியும் நின்றாள்.

சட்டென்று தெரு முழுவதும் மின்சார வெளிச்சம் அணைந்தது. மின்சாரம் போகிற எல்லா நேரத்திலும் உடனடியாக வருகிற ஒரு சிறு பதற்றத்தை இன்றும் தவிர்க்க முடியவில்லை. இருட்டில் நின்றுகொண்டு, சற்று உரக்கவே அவள் பெயரைச் சொல்லிக் கூப்பிட்டேன். கருப்புப்பசு அவளை முட்டிவிடும், என்னை முட்டிவிடும் என்ற பயம் என் குரலுடன் இருட்டில் துளாவியது.

இரண்டு – மூன்று நிமிட அமைதிக்குப் பிறகு, மின்சாரம் வந்து எல்லா விளக்குகளும் எரிந்தபோது, ஈஸ்வரி அந்தப் பசுவின் பக்கமே இன்னும் நின்று கொண்டிருந்தது ஆச்சரியமாக இருந்தது. அவளுடைய வலது முழங்கையின் ஆடுசதையைப் பசு நக்கிக்கொண்டிருந்தது.

'சரியான பயந்தாங்கொள்ளி மாஸ்டர்'. ஈஸ்வரி சொல்லிக் கொண்டே வந்து அந்தப் பசுமாட்டைத் தடவிக்கொடுத்த கையை என் மூக்கில் வைத்தாள். காய்ச்சல்காரர் உடம்பைத் தொட்டது போல வெதுவெதுப்பாக இருந்தது அந்த உள்ளங்கை.

'உன் தைரியம் தெரியாதாக்கும்?'. ஈஸ்வரியைக் கேட்டேன்.

'என் தைரியத்துக்கு என்னவாம்?' அவள் இன்னமும் தன்னுடைய கையையே பார்த்துக்கொண்டு நடந்தாள்.

'சிலபேருக்குக் கொம்பு இருக்கிறதுகிட்டே பயம். சிலபேருக்குக் கொம்பு இல்லாததுகிட்டே பயம்'. நான் சிரித்தேன்.

'என்ன நடுரோட்டில வச்சு அழிப்பாங்கதை போட்டு விளையாடி ஆகுது!' என்று ஈஸ்வரி புருவம் சுருக்கிக் கேட்டபோது, இன்னும் சற்றுப் பக்கத்தில் போய், 'பாத்திமா' என்று அந்தப் பெயரை மட்டும் சொன்னேன்.

'சும்மா இருங்க'. சட்டென்று ஈஸ்வரி பதறினாற்போல் நின்றாள். என்னுடைய மேல் கை, முன் கை இரண்டையும் பற்றிக் கொண்டாள். மேல்கைச் சதையில் புதைந்த அவளுடைய கை இறுகிக்கொண்டே போயிற்று. முகமும் கன்னச்சதையும் தோளில் அழுந்தியது. தலையில் உச்சி வகிடு பிளந்துகொண்டு தெருவில் ஓடியது.

'மாமா, மாமா. பசிக்குது மாமா'. நான் பாத்திமா கேட்பது போலவே கேட்க ஆரம்பித்தேன். பாத்திமாவின் குரலை இத்தனை நாள் உள்ளுக்குள்ளேயே பதிவுசெய்து வைத்திருந்ததுபோல, தொண்டை நெரிந்த அந்தக் குரல் என்னிடமிருந்து தலையைச் சொறிந்துகொண்டு கைநீட்டியது ஈஸ்வரியிடம்.

பாத்திமா பரட்டைத்தலையும் கந்தல்மூட்டையுமாகச் சமீபகாலமாக எங்கள் தெருவில், அதுவும், எங்கள் வீட்டுப் பக்கத்தில் உள்ள ஒரு நடையிலேயே உட்கார்ந்திருக்கிறாள். தெரு விளக்கு, குப்பைத்தொட்டி, தெருமுனையில் இருக்கிற டீக்கடை, பக்கத்தில் இருக்கிற கல்யாணமண்டபம் இப்படி ஏதோ ஒன்று அவளை இங்கே இருக்கச் சொல்லியிருக்க வேண்டும்.

சாதாரணமாக, வீடு பக்கத்தில் வந்துவிட்ட மனநிலையில் நடந்து வந்து கொண்டிருப்போம். சற்று உள்ளடங்கின அடுத்த வாசல் நடையில் இருந்து சரேல் என்று பாத்திமா எழுந்து நின்றுகொண்டு குரல் கொடுப்பாள். ஒவ்வொரு தடவையும் ஒருவித பயம் வரத்தான் செய்தது.

'மாமா, மாமா. பசிக்குது மாமா' என்பதையே வேறு ஒரு வடக்கத்தி பாஷையில் அவள் சொல்கிறதாகச் சொன்னார்கள். வெள்ளைக் களிமண்ணில் பொம்மை செய்து ஊர் ஊராக விற்பார்களே, அந்த ஜாடைப் பெண்கள்மாதிரி இருந்தது. ஒரு கையில் நிறைய வளையல்கள் இருந்தன. கிளிப்பச்சை நிறத்தில் அவள் போட்டிருந்த சட்டை முன்கைவரை நீண்டு, இடுப்புவரை தொங்கிக் கொண்டிருந்தது. மாமா, மாமா என்று கேட்கும்போது பாவமாகவும் சிரிக்கும்போது விகாரமாகவும் இருந்தது. புத்திக்குச் சரியில்லாத முகத்துக்கு விகாரம் என்ன, அழகு என்ன என்பது உண்மைதான். ஆனால் அவள் சிரிக்கச்சிரிக்கத்தான் ஈஸ்வரி ரொம்ப பயந்தாள்.

'கொஞ்ச நாளாகத்தான் அவளை எங்கேயோ காணோம். உங்களைப் பார்த்தால், அந்தச் சத்தமும் முகமும் அப்படியே அவளே திரும்பி வந்துவிட்டது மாதிரி இருக்கு சாமி'. சிலிர்த்தது மாதிரி ஒருமுறை உடம்பு குலுங்கியது ஈஸ்வரிக்கு.

'மறுபடியும் அவளை ஞாபகப்படுத்தாதீங்க. கும்பிடுதேன் உங்களை'. ஈஸ்வரி நிஜமாகவே கைகளைக் கூப்பிக் கும்பிட்டது ஆச்சரியமாக இருந்தது. கண்களில் மிரட்சி, கலங்கல்கூட.

மின்சாரம் போயிருந்த சமயம் கருப்புப்பசுப் பக்கம் நின்று கொண்டிருந்த ஈஸ்வரியும் இவளும் வேறு வேறு என்கிறது போல முகம் தொலைந்திருந்தது.

ஸ்டேஷன் ரோடு முடியப் போகிறது. ரயில்வே ஸ்டேஷன் ரோடுகளுக்கு உண்டான அழகை வேறு எதுவும் அபகரித்துக் கொள்ள முடியவில்லை. இந்த அதிகாலையில் அந்த அழகு நீண்டு கொண்டே போவது போல இருந்தது. குளிர்ந்து அமைதியாகக் கிடந்த தெருவில், இன்னும் இரண்டொருவருடன், பெட்டியும் கையுமாக நான் நடப்பது மட்டுமே அசைவுகளாக இருந்தன. மௌனமாகச் செல்லும்படி அந்தச் சாம்பல் இருட்டில் ஏதோ ஒரு உத்தரவு இருந்தது.

குறுக்குத்தெருக்களை எல்லாம் தாண்டி, பிரதானமான தெரு அகன்று வழிவிட்டுக்கொண்டே போனது. கடல் எனக்கு வழி விடுவதுபோல நினைத்துக்கொண்டேன். தெருவின் முடிவில் கடல் இருப்பது போலவும், கடற்கரையில் அடர்ந்த தென்னைகள் அசைந்து, கூட்டத்தில் ஒரு தலைக்குப் பின்னால் இன்னொரு தலை எக்கிக் கொண்டு எட்டிப்பார்ப்பது போல, நான் வருவதையே அந்தத் தென்னைமரத் தோகைகள் பார்த்துக்கொண்டு இருப்பதுபோலவும் இருந்தன.

வீட்டுக்கு வருகிற தபால்கள் செருகப்பட்டிருப்பதுபோல, நிலாக்கூடக் கீழ்ப்பக்கமாகத் தேய்ந்து வானத்தில் செருகிக் கிடந்தது. ஒரு சைக்கிள் ரிக்ஷாவுக்கு இதெல்லாம் தெரியுமா. அது தன்போக்கில் கீச்கீச் என்று சப்தம்போட்டுக் கொண்டே வந்து பெருமாள்கோயில் பக்கம் நின்றது. துளசியை இப்படி மூடை மூடையாக இறக்குவார்களா என்ன? துளசியின் மணத்தில், நடந்து சென்று கொண்டிருக்கிற இந்தத் தெருவே நிரம்பினமாதிரி ஆகிவிட்டது. இந்த நேரத்தின் வாசனை இதுவாகத்தான் இருக்கும்.

கண்களை மூடி ஆழமாக மூச்சு இழுத்துக் கண்களைத் திறந்தபோதுதான் அது நிகழ்ந்தது.

வலதுபக்கத்துச் சந்திலிருந்து அந்தக் கருப்புப்பசு வந்து கொண்டிருந்தது. தேய்த்துக் குளிப்பாட்டிவிடப்பட்டது மாதிரி உடம்பின் கருப்பு மினுமினுத்தது. இவ்வளவு அதிகாலையில், ஆளே அற்ற இந்தத் தெருவில் நிரம்பியிருக்கிற துளசியின் மணத்தில் புகுந்துகொள்ளப் போவது போல் அந்த கருப்புப்பசு நடந்து வந்தது.

எனக்கு நேர் எதிராக அது வரவர, அதை நோக்கியே போய்க் கொண்டிருந்தேன். இடையில் இருந்த தெருப்பகுதியை இரண்டு பக்கத்திலிருந்தும் குறைத்துக் கொண்டு, நெருங்கிக் கொண்டிருந்த போது, மறுபடியும் அந்த வலதுபக்கச் சந்திலிருந்து ஒரு கன்றுக் குட்டி ஓடிவந்தது. கருமெழுகுபோல ஓட்டமும் நடையுமாக

வந்த விதத்தில் கருப்புப்பசுவின் பின்னால் மிச்சம் கிடந்த தெரு நிரம்பிவிட்டிருந்தது. முதலில் கருப்புப்பசு, அப்புறம் கன்றுக்குட்டி, அதற்குப் பத்தடி தள்ளி, பால்குவளையும் கயிறுமாகக் கருப்புப் பனியன் போட்ட மனிதர் சைக்கிளில் வந்தபடி இருந்தார். போதுமான இடைவெளிகளுடன், அந்தக் கருப்புப்பசு இதுவரை ஈஸ்வரிக்கும் எனக்கும் காட்டாத தன்னுடைய கன்றுக்குட்டியுடன், யாருடைய எந்த விரட்டலும் இன்றித் தன் நடையாக, மேய்ச்சலுக்குப் புறப்பட்டமாதிரி வந்து கொண்டிருந்தது. தீராத புல்வெளிகளின் அடர்த்திக்குள் குளம்புகள் மறைய மறைய அது நடக்கிறபோது, புல் மிதிபடுகிற வாசம் வருவது போல இருந்தது. புல்லுக்குள் இருந்த குஞ்சுத்தவளை குதித்து என் பக்கம் தாவுகிறதாகத் தோன்றியது.

எனக்கு மிக அருகில், என் கை எட்டுகிற தூரத்தில் வந்து நின்றுகொண்டு, அது சற்றுத் திரும்பிப் பார்த்தது. திரும்பிப் பார்ப்பதற்காகச் சிறு வட்டமாக அதன் முகம் திரும்பிய விதம் சொல்லமுடியாத நேர்த்தியுடன் இருந்தது.

என்னை அது பார்த்ததுமாதிரியே தெரியவில்லை.

ஓடிவந்து சேர்ந்துகொண்ட கன்றுக்குட்டி, பின்கால்கள் வழியாக மடியை முட்டிக் கடிக்க ஆரம்பித்தபோது, இரண்டு பக்கவாட்டிலும் பளீர் என்று சரிந்திருந்த உடம்பு சிலிர்த்துக் கொள்ளக் கருப்புப்பசு நடக்க ஆரம்பித்தது.

கையிலிருந்த பெட்டியைக் கீழே வைத்துவிட்டு, நகர்கிற அதன் உடம்பை ஒருமுறை தடவிக் கொடுத்தேன். விரல்களை அகல விரித்து மெத்தென்று பதித்துக் கொண்டேன். பசு நகர நகர கை வழுக்கிக்கொண்டு சரிந்தது.

தடவின உள்ளங்கையுடன் அப்படியே போய், ஈஸ்வரியை முகர்ந்து பார்க்கச் சொல்ல வேண்டும் போல இருந்தது. ஈஸ்வரி ஞாபகம் வந்தவுடன் பாத்திமா ஞாபகமும் வந்தது. சற்றே நடைபாதையில் நின்று திரும்பிப் பார்த்தேன்.

முன்பைவிட வெளிச்சம் வந்துவிட்ட தெருவில், சீரான நடையில் கருப்புப்பசுவும் கன்றும் மறைந்து, பாத்திமாவும் அவள் பிள்ளையும் நடந்து போவது போல இருந்தது.

பின்னால் கருப்புப் பனியனுடன் சைக்கிளில் போவது அவளுடைய மாமாவாக இருந்தால் எவ்வளவு நன்றாக இருக்கும்.

– 'சென்னை வானொலி' – 1997

சைகைகள் மூலம் செய்திகள்

அழைப்புமணிக்குப் போய் 'ரகுபதி ராகவ' இசையை வைத்திருந் தார்கள். வெளியே யாருமில்லை.

பால்கனிக்குப் போனால் போகன்வில்லாச்செடிகள் சொட்டச்சொட்ட மழையில் நனைந்து கொண்டிருந்தன. முதல் தளத்தில் பிரம்புநாற்காலிகள் வழக்கமான இடத்தில் எதிரும் புதிருமாக. கீழ்வீட்டிலிருந்து குடையைப் பிடித்துக் கொண்டே மேலே பார்த்து, "உங்களைத் தேடி யாரோ வந்திருக்கிறார்கள்" என்று மல்லேஸ்வரி குரல் கொடுத்தாள்.

மேலேயிருந்து பார்க்கும்போது எப்போதும் போல் வாசலை போகன்வில்லாச் செடி வளைவாக மறைத்திருந்தது. மழையின் அடர்த்தி வேறு. வாசலில் ஆட்டோ ஒன்று நின்றுகொண்டிருப்பதை மட்டும் யூகிக்க முடிந்தது.

படிக்கட்டுத் திருப்பங்கள் இருட்டிக் கிடந்தன.

இறங்கும்போது சுலபமாகத்தானே இருக்கும். அதுவும், வேகமாக இறங்கியதும் சட்டென்று கீழ்த்தளமும் மடக்குக் கதவும் வந்துவிட்டன. காலணிகள் சிதறிக்கிடக்கிற தன்னுடைய வீட்டு வாசல்முன் மல்லேஸ்வரி குடையுடன் நின்று, "உங்கள் நண்பர் போலிருக்கிறது. பெயரைச் சொல்லி அவன் இருக்கிறானா என்று கேட்டார்" என்று சிரித்தாள்.

"ராவ் இல்லையா?" என்று கேட்டேன்.

"காலையில் ஆரம்பிக்கிற டி.வி. பூஜை முடிய ராத்திரி பத்துமணி ஆகும். அதுவும், ஞாயிற்றுக்கிழமை என்றால் விசேஷத்

தொலைக்காட்சி பூஜை. சாப்பாடு, தேநீர் எல்லாம் அதன் முன்தான்.” மல்லேஸ்வரி ஆரத்தி காட்டுவது போல் கையசைத்தாள். குடையைக் கொடுத்தாள். நான் வாங்கிக் கொண்டு வாசலுக்கு ஓடினேன். ஆட்டோ உறுமிக்கொண்டே இருந்தது.

மழைக்காக ஆட்டோவின் எல்லாப் பக்கங்களிலும் தார்ப்பாய் இழுத்து விடப்பட்டிருக்க, உள்ளே இருப்பது முதலில் யார் என்று தெரியவில்லை. அவராகவே விலக்கிக் கொண்டு ஆட்டோ விலிருந்து இறங்கியபோதுதான் தெரிந்தது. ஜெகன் ஸார்.

“என்ன ஸார் திடீர் என்று?” அவரை என் குடைக்குள் நனையாமல் இழுத்துவிட முயற்சிசெய்தும், அவர் நனையும்படியே ஆயிற்று. ஆட்டோ ஓட்டுநரிடம் குனிந்து, “எவ்வளவு பிரதர் ஆச்சு?” என்று ஜெகன் கேட்டுக் கொண்டிருந்தார். வாய் குளறாமல் தெளிவாக அவரால் கேட்கவும் முடியவில்லை; ஆட்டோவின் கூரை விளிம்பைப் பிடிக்காமல் நிற்கவும் முடியவில்லை.

மீட்டர் பார்த்துவிட்டு அவன் சொன்ன தொகை சற்று அதிகமாகவே இருந்தது.

“இன்னும் ஜாஸ்தியா ஆகியிருக்கும்னு நினைச்சேன் பிரதர்” என்று ஜெகன் சிரித்தார். ‘பிரதர் பிரதர்’ என்று அவர் அழைத்துக் கொள்வது இருபது வருஷங்களுக்கு முன் ஸ்டுடியோ ஃப்ளோர் களிலும், யூனிட் மத்தியிலும், சில பெரிய விடுதிகளிலும் அவ்வளவு பிரபலம். ஒரு குறிப்பிட்ட மதுபானத்தையும் ஒரு குறிப்பிட்ட கதாநாயகியையும், ‘பிரதர் பிராண்ட்’ என்றாலே தெரியும்.

“வாங்க, மேலே போகலாம்” என்று அவரிடம் சொல்லி விட்டு, ஆட்டோவைப் பார்த்து, “இருப்பா, வந்திர்றேன்” என்றேன்.

“பார்த்துக் கூட்டிக்கிட்டு போ ஸார். ஒரு காலத்துல எவ்வளவு பெரிய ஆளு” என்று தலையைக் கோதிக் கொண்டான். முன்பக்கக் கண்ணாடியை உள்பக்கமாகத் துடைத்துவிட்டான்.

“ரேவதியும் மகளும் இல்லையாமா?” ஜெகன் என்னைக் கேட்டுச் சிரித்தார்.

“உங்களுக்கு எப்படித் தெரியும்?” எனக்கு ஆச்சரியமாக இருந்தது. பேச்சுக் கொடுத்துக்கொண்டே வீட்டைப் பார்க்க அவரைத் திரும்ப வைக்கலாம் என்றால், அவர் அதே இடத்தில் நின்றுகொண்டு, “வசந்தராஜனைப் பார்த்தேன்” என்று மேலும் சிரித்தார்.

அதேபோல வாரிவிடப்பட்டிருந்தாலும் நிறைய நரை. கீழ் இறங்கிய அதே கிருதா. அதே ராஜ்கபூர் மீசை. இந்த நெற்றியின் புடைப்பில் எப்போதும் ஒரு பளபளப்பும் இருக்கும். ஜெகன் மற்றும் இன்னொரு ஒளிப்பதிவாளர் ஆகிய இருவருக்கும் நெற்றியில் கைக்குட்டையை மடித்து இறுக்கிக் கட்டிக்கொண்டு வேலைபார்க்கிற பழக்கம் இருந்தது. ஒரு காதல் காட்சியில் ஜெகனின் அபிமானத்துக்குரிய அந்த நடிகை அதேபோல கைக் குட்டையை மடித்துக் கட்டிக்கொண்டது படம் பார்க்கிறவர் களுக்குப் பிடித்திருந்தது.

''வசந்தராஜுவா? இன்றைக்கு இஷ்யூ வரவேண்டிய நாளாயிற்றே?''

இப்போது அவர் குடைக்குள் வந்து என்னுடன் நடக்க ஆரம்பித்திருந்தார்.

“பத்திரிகை ஆபீஸில்தான் பார்த்தேன். அவன்தான் உன் வீட்டில் ஊருக்குப் போயிருக்கிற விவரம் சொன்னான். ஆட்டோ பிடித்து, சிகரெட் பாக்கெட் வாங்கிக்கொடுத்து அனுப்பியதுகூட ராஜுதான்” என்று சொன்னவர், வலது ஓரத்தில் நிறுத்தியிருந்த மாருதியைப் பார்த்ததும், “நீ கார் வாங்கிவிட்டாயா?'' என்று சந்தோஷமாகக் கேட்டார்.

“அது கீழ்வீட்டுக்காரர்களுடையது. நான் அதே சுந்தரம். அதே ராஜ்தூத்” என்று சொல்லிக்கொண்டே கீழ் வீட்டில் நின்று மழையைப் பார்த்துக் கொண்டிருக்கிற மல்லேஸ்வரியைப் பார்த்தேன். மல்லேஸ்வரி கார் எடுக்கிற விதம், குறிப்பாக பின்பக்க நகர்வுகளில் இம்மி பிசகாத இடைவெளியில் காரை, நம்முடன் பேச்சுக்கொடுத்துச் சிரித்தபடியே நிறுத்துவது அழகாக இருக்கும்.

“இந்தக் குடை மட்டுமல்ல, நீங்கள் கேட்ட காரும் இவர்களு டையதுதான்'' என்று நான் ஜெகனிடம் சொல்லும்போது, மல்லேஸ்வரி வணக்கம் சொன்னாள். ஜெகன் பதிலுக்கு வணங்கினார்.

ஜெகனை நான் அறிமுகப்படுத்தவில்லை.

சமீபகாலங்களில் அவரை அறிமுகப்படுத்த நேர்ந்த நேரங்களில் எல்லாம் மிகுந்த கோபம் அல்லது துக்கம் அடைந்திருக்கிறார்.

‘ஒரு படம் ஊத்திக்கிட்டுதுன்னாலே உடனடியாக மறந்து போயிருவான். இருபது வருஷத்துக்கு முன்னால விழுந்தவன் நானு. விருது வாங்கினவன், புண்ணாக்குன்னு நீ சொல்லிக்

கிட்டிருக்கே. அவன் காதில விழுமா அது? இவனுங்ககிட்ட எல்லாம் அறிமுகம் பண்ணிவைக்கலேன்னு யாரு அடிச்சுக் கிட்டாங்க இங்கே' என்று கோபப்பட்டிருக்கிறார்.

அன்றைக்கு இரவு குடிக்கும்போது திரும்பத் திரும்ப, 'அறிமுகம் பண்றானுங்களாம் அறிமுகம். ஆர்ட்டிஸ்ட் ஸ்டில் போடாமல், டைரக்டர்னு என் ஸ்டில்லை மட்டும் போட்டுப் போஸ்டர் அடிச்சவன் நான். சுவத்துக்குச் சுவர் ஒட்டியிருந்த என் மூஞ்சி இப்ப மறந்துபோச்சாமா எல்லாத்துக்கும்' என்று அதற்கு மேலும் வசவுகளாக இறைத்துக்கொண்டிருந்தார் ஞாபகத்தில்.

நான் படியேறித் திரும்பும்போது, மல்லேஸ்வரி, 'மூக்கு முட்டக் குடியா?' என்பதுபோல எனக்கு மட்டும் தெரிகிற மாதிரி மூக்கைப் பொத்திப் பெருவிரல் உயர்த்தி வாயில் சரித்துக்காட்டினாள்.

முதல் தளத்து மடங்கலில் திரும்பும்போது ஜெகன், "இதுவா நம் வீடு" என்றார்.

"இல்லை, அடுத்த தளம். ஏன் ஏறுகிறதற்குக் கஷ்டப்படுகிறதா ஸார்?"

"ஏறுவது கஷ்டம், இறங்கிவிட்டால் அதைவிடக் கஷ்டம்." ஜெகன் சிரித்துக்கொண்டு ஒரு சிறு பொழுது, முதல் தள வீட்டின் முன்னால் நின்றார்.

வீட்டின்முன் பூட்டு தொங்கிக்கொண்டிருந்தது. நீள்குட்டை யான வலதுபுற மர அலமாரியில் ஏழெட்டு வகைக் காலணி இணைகள் இருந்தன. வேலைக்காரி வந்தால் எடுத்துப்போக ஒரு பாலிதீன் பையில் குப்பை – கூளம், வெங்காயச்சருகு எல்லாம் கட்டப்பட்டு இருந்தன. பிரம்புநாற்காலிகளின் சாய்வுகளில் அரைவட்டமாக உறைகள் இழுத்துக் கட்டப்பட்டிருந்தன. தினசரித் தாள்களை செருகிவைக்கவும், பால்பைகள் இடவும் தனித்தனி இட அமைப்புகள் இருந்தன. கருநீலப்பூக்கள் உள்ள ஒரே ஒரு வெள்ளை போஸ்டர்.

ஜெகன் எல்லாவற்றையுமே பார்த்துவிட்டு, "மனிதர்கள் இருக்கிற இடத்தில் எதற்கு இவ்வளவு அனாவசிய சுத்தம், அனாவசிய ஒழுங்கு?" என்றவர், "ஒரு அணில் இந்த வீட்டின் முன்னால் ஓடிவிளையாடும் என்று நினைக்கிறாயா சுந்தரம். ஒரு வேலைக்காரச்சிறுமியால் இந்த வீட்டில் பத்து நாள்கள் சந்தோஷமாக வேலைபார்க்க முடியுமா? பாவம்" என்றார்.

"இரண்டு பேரும் வேலைபார்க்கிறார்கள்" என்றேன்.

“இரண்டு பேருக்கும் ஐயோ” என்று படியேறத் துவங்கினார்.

“இரண்டு பேரும் இன்று வீட்டில் இல்லை.” நான் முன்னால் போய்க் கொண்டிருந்தேன்.

“இவ்வளவு சூறாவளியிலும் ஒரு சிறு அதிர்ஷ்டம் எனக்கு'' என்று ஜெகன் சொல்லும்போது அநேகமாகக் கடைசிப் படிக்கட்டிலிருந்து நகர்ந்து எங்கள் வீட்டிற்கு முன் வந்துவிட்டிருந்தோம்.

''ரேவதி போட்ட கோலமா?'' போன பொங்கலுக்குச் சுண்ணாம்பில் வரைந்த கோலத்தைப் பார்த்தபடியே ஜெகன் காலணிகளைக் கழற்றினார். அவருக்குப் பிடித்த அதே கோவாடிஸ் செருப்பு. கடையில் வாங்கினமாதிரி தெரியவில்லை. வெளியில் தைத்திருக்க வேண்டும். மிகவும் தேய்ந்து, வார்கள் நைந்து, குதிங் காலுக்குள் சுருண்டு அமுங்கிக் கிடந்தன. சுவரில் ஒரு கையை ஊன்றிக் கொண்டே அவர் செருப்பைக் கழற்றுகிறபோது, மிக மெலிந்தும் தளர்ந்தும் இருந்தது அவருடைய தோற்றம். எப்போது குனிந்தாலும் முன்பெல்லாம் ஒரு தங்கச் சங்கிலியும் கருப்புக் கயிற்றில் ஒரு வேளாங்கண்ணி டாலரும், திறந்த பித்தான் வழியாகத் தொங்கிக்கொண்டு ஆடும்.

மழைக்காக ஏற்கெனவே விளக்குகள் வீட்டில் எரிந்து கொண்டிருந்தன.

“இவ்வளவு விளக்குகளா, மணி என்ன சுந்தரம்?''

“பதினொன்றுகூட ஆகவில்லை.” நான் மிகச் சாதாரணமாகச் சொன்னேன்.

“ஞாயிற்றுக்கிழமையில் இன்னும் அவ்வளவு மிச்சமிருக்கிறதா, கொடுமை” என்று உச்சந்தலையில் ஒரு கையை வைத்துக்கொண்டே, உள்ளே கிடந்த முதல் நாற்காலியில் உட்கார்ந்தார்.

ஓடிக் கொண்டிருந்து நிறுத்தப்பட்டது போல லேசாகச் சுழன்று திரும்பியது விசிறி.

“ஆட்டோவை அனுப்பிவிட்டு வந்துவிடேன்.'' ஜெகன் கால்களைச் சேர்த்து முழுவதுமாக முன்னால் நீட்டி, அதிக பட்சம் உடம்பைத் தளர்த்திக் கொண்டார். நான் மேஜையில் கிடந்த பர்ஸை எடுத்து, தோளில் பையை எடுத்துப் போட்டுக் கொண்டது எல்லாவற்றையுமே பாராமல் கண்களை மூடிக் கொண்டிருந்தார்.

“என்ன சாப்பிடுகிறீர்கள்?” என்று கேட்டபோது, “நீ அவனை அனுப்பிவிட்டு வா'' என்றார்.

நான் ஞாபகம் வந்தவனாக ஒரு பழைய மொஹம்மது ரபி காசெட்டையும் மன்னாடே ஒன்றையும் எடுத்து வைத்து, "கேட்டுக் கொண்டு இருங்கள்" என்றேன்.

படி இறங்கும்போது மன்னாடே பாட ஆரம்பித்திருந்தார்.

நான் திரும்பி வரும்போதும் அதே நாடாதான் ஓடிக் கொண் டிருந்தது. ஜெகன் திரும்பவும் சுழலவிட்டிருப்பார். அவருடைய இரண்டாவது படத்தில், (அது தலைகுப்புறத் தோற்ற படம்) மன்னாடே சாயலில் பாடுகிற பாட்டு ஒன்று உண்டு.

நான் அதே ஆட்டோவில் போய், தேடி அலைந்து ஜெகனுக்குப் பிடித்த அந்த மதுபானத்தை இரண்டு அரைக் குப்பிகளாகவும் அவை போக ஒரு கால் குப்பியும் வாங்கி வந்திருந்தேன். இந்த உபரிக் கால் குப்பி வாங்க நான் முன்பு அகாலத்தில் அலைந்த பொழுதுகளுக்குக் கணக்கே இல்லை. நொறுக்குத்தின்பண்டங்கள் போக, முட்டைகளையும் வாங்கிக் கொண்டுவந்து மல்லேஸ் வரியிடம் பொரித்துக் கொடுக்கக் கேட்டிருந்தேன்.

மல்லேஸ்வரியின் கணவரிடம் ஜெகனைப்பற்றிச் சொல்லும் போதுதான், "அட, இன்று தேசிய ஒளிபரப்பில் பிற்பகல் திரைப்படம் ஜெகனுடைய 'பொம்மைச்சிறகுகள்' அல்லவா" என்று அவர் சொன்னார்.

"அவரா வந்திருக்கிறார்?" என்று உணர்ச்சிவசப்பட்டு ஜெகன் ஸாருடைய மூன்று முக்கியப் படங்களைச் சொன்னார். ஒரு காட்சியின் அமைப்பையும் வசனங்களையும்கூடச் சொன்னார். ராவின் மேல் மிகுந்த மரியாதை ஏற்பட்டது எனக்கு.

"ஜெகன் தன்னுடைய மனைவி தவிர இன்னும் அந்தப் பெண்ணுடனும் வாழ்கிறார் அல்லவா?" என்று மிகுந்த மகிழ்ச்சியுடன் கேட்டுவிட்டு, "என்ன அற்புதமான கண்கள் அந்த மனுஷிக்கு" என்றார்.

மனுஷி என்ற சொல்லில் அவர் எவ்வளவோ உயரத்தில் அந்தப் பெண்ணை வைத்துவிட்டது போல இருந்தது.

"நீங்களும் மேலே வந்து கலந்து கொள்ளுங்களேன்" என்று கேட்டுக்கொண்டபோது சந்தோஷமாக ஒப்புக் கொண்டார். உள்பக்கம் போய்ச் சட்டை அணிந்து கொண்டு, தன்னுடைய சிகரெட் பாக்கெட்டையும் தீப்பெட்டியையும் எடுத்துக் கொண்டார். அடுக்களையில் இருந்த மல்லேஸ்வரியிடம் போய்ப் பேசிவிட்டு வந்தார்.

"தயாரானதும் சொல். வேண்டுமானால் நான் வந்து முட்டைப்பொரியலை எடுத்துப் போகிறேன்" என்றார். என்னிடம் தணிவாக, "அனுமதி கிடைத்துவிட்டது" என்று கண்ணாடி டம்ளரைத் தொட்டுக் காட்டினார்.

"நீங்கள் போய் ஜெகனிடம் பேசிக் கொண்டிருங்கள். நான் வந்து கொண்டிருக்கிறேன். எனக்காகக் காத்திருக்க அவசியமில்லை. துவங்கிவிடலாம் நீங்கள்" என்று நான் சொல்லவும், ஒரு சிறுபையன் போலப் படிகளைத் தாண்டி ஏறுவதற்குத் துவங்கினார்.

முட்டை பொரிகிற வாடை உடனடியாக வந்துவிட்டது.

மல்லேஸ்வரி மூன்று பீங்கான் கிண்ணங்களும் கரண்டிகளுமாக அதை ஒரு தட்டில் ஒழுங்குபடுத்திக் கொண்டிருந்தாள்.

ராவும் ஜெகன் ஸாரும் மிகச் சிறுபொழுதிலேயே நெடுந் தொலைவு போய்விட்டிருந்தார்கள். ராவ் பாடியது உரையாடலை விடச் சற்றேதான் மாறுபட்டிருந்தது. எனினும், மிகத் துல்லியமான உச்சரிப்போடும் உணர்ச்சிகளோடும் இருந்தன. எந்த ஆறாவது படம் ஜெகனை எழுந்திருக்கவே முடியாதபடி பாதாளத்தில் தள்ளிவிட்டதோ, அந்தப் படத்தில் உள்ள நிறைய காட்சிகளை ராவ் அநேகமாக நடித்தே காட்டிக் கொண்டிருந்தார்.

தண்ணீர்கூடச் சேர்த்துக்கொள்ளாத காட்டத்துடன் குடித்த படி ஜெகன் ஒருவித பரவசத்துடன், ராவ் பேசுவதைக் கேட்டுக் கொண்டே இருந்தார். பள்ளிக்கூட ஆசிரியையாக இருக்கிற அந்தப் படத்தின் கதாநாயகியுடன் பள்ளிக்கூடத்திற்குச் செல்கிற வழியிலுள்ள ஒரு சிறு ஓடைப்பாலத்தின் மேல் நடந்துகொண்டு, இன்னொரு சகஆசிரியை பேசிச் செல்கிற காட்சிபற்றி ராவ் பேசினார். அந்த சக ஆசிரியையாக நடித்த பெண்ணைத்தான் ஜெகன் பின்னால் இரண்டாவதாக மணந்துகொண்டார்.

ராவ் இப்போது ஜெகனைப் பெயர் சொல்லி அழைக்கத் துவங்கியிருந்தார். அந்தப் பெண்ணின் பெயரைக்கூட அவர் சுலபமாக உச்சரித்தார்.

"சுபத்ரான்னு ஒரு மனுஷி உங்க கண்ல மட்டும்தானே பட்டுது ஜெகன்." ராவ் மறுபடியும் மனுஷி என்றே சொல்லிக் கொண்டிருந்தார்.

"இன்று ஒளிபரப்பாகிற படத்திலும் அவள் இருக்கிறாள் தெரியுமா?" ஜெகன் ஒரு சிநேகிதனுடன் பேசுவது போல ராவிடம் கேட்டுக்கொண்டிருந்தார். குடித்துக் குடித்து வேற்றுமுகமாகி

விட்டிருந்த அவருடைய முகத்தில் இருபது வருடங்களுக்கு முந்திய ஜீவன் கொஞ்சம் கொஞ்சமாக வந்து சேர்ந்துகொண்டு இருந்தது.

ராவ் சரியாக அந்த இடத்தைச் சொன்னார்.

‘‘ஊர்க்கிணற்றில் எல்லோரும் தண்ணீர் இறைத்துக் கொண்டிருக்கும்போது, இரண்டு – மூன்று பெண்களில் ஒரு பெண், குடத்தில் தண்ணீர் நிரம்பிய பிறகு எஞ்சிய தண்ணீரைத் தன் கால்களில் ஊற்றிக்கொள்வது மட்டும் அல்லாமல் கிணற் றடியில் நிற்கிற வாழையிலையிலும் கையை உதறிவிட்டுப் போவாளே அவள்தான்’’ என்றார்.

ஜெகன் கிட்டத்தட்ட ஒரு முழு மிடறை விழுங்கிவிட்டு–

“நீங்களும் அவளைக் காதலித்திருக்கிறீர்கள், ராவ்” என்று கண்கள் மினுமினுக்கச் சொன்னார்.

“ஒரு சிலர் எல்லோருமே காதலிக்கும்படியாக இருக்கிறார்கள் என்பதுதான் நிஜம்.” ராவ் தன் கிண்ணத்திலிருந்து முட்டைப் பொரியலைக் கரண்டியால் வாயில் இடப்போவது போல் ஏந்திக்கொண்டே இருந்தார்.

“சில சமயங்களில் உணவு நம்மைக் கேவலப்படுத்துகிறது போலத் தோன்றுகிறது” என்று ராவ் மறுபடியும் கரண்டியைக் கிண்ணத்திலேயே இட்டார்.

“மணி பன்னிரெண்டே முக்கால் ஆகிறது” என்று அவரே சொன்னார்.

“ஒன்றரை மணிக்குள் யார் வீட்டு டி.வி. முன்னாலாவது உட்கார்ந்து விடவேண்டும் என்று காலையிலிருந்து நான் எவ்வளவு அலைந்துகொண்டிருக்கிறேன் தெரியுமா?” சக்கையாகிவிட்ட ஒரு குரலுடன் ஜெகன் இதைச் சிரித்துக்கொண்டு சொன்னார்.

“உங்கள் வீட்டிற்குப் போன தடவை வந்திருந்தபோது ஒரு நல்ல போர்ட்டபிள் டி.வி. இருந்ததே ஸார்.” இவ்வளவு நேரத்திலும் இந்த ஒரு இடத்தில்தான் ராவுக்கும் ஜெகன் ஸாருக்கும் மத்தியில் நான் நுழைந்து பேச முடிந்தது.

“நல்ல டி.வி.தான். அப்பாவுடன் சண்டையிட்டுக்கொண்டு மகன் தலையில் எறிகிறபோதும் உடையாத அளவுக்கு நல்ல டி.வி. அல்ல.” ஜெகன் தோள்களை உயர்த்திக் குலுக்கிக் கொண்டார்.

“உங்கள் பக்கத்தில் வந்து உட்கார்ந்து கொள்ளட்டுமா. அங்கிருந்து பார்ப்பதற்குத்தான் சரியாக இருக்கும்.” குடிப்பதை

முந்தின சுற்றிலேயே நிறுத்திவிட்டார் என்றாலும் ராவ் தன் கையிலேயே மறக்காமல் அந்தக் கண்ணாடிக் குவளையை எடுத்துக்கொண்டு, ஜெகன் பக்கத்தில் இருந்த நாற்காலியில் உட்கார்ந்தார்.

"நேரமாகி விடவில்லையே?" என்று ஜெகன் என்னைப் பார்த்தார்.

"நேரம் ஆகாவிட்டால் என்ன? நீங்கள் தொலைக்காட்சி ஸ்விட்சைப் போட்டுவிடுங்கள் சுந்தரம்" என்று ராவ் சொன்னார்.

நான் எழுந்து சென்று பொத்தானை அமுக்கினேன்.

டொபுக்கென்று திரையில் வெளிச்சம் அப்பியது. ஒவ்வொரு அலையாக தூர்தர்ஷனுக்கு மாறியபோது ராவும் ஜெகனும் ஒருவர் தோளில் ஒருவர் கைவைத்தபடி தாழ்ந்த குரலில் பேசிக்கொண்டிருந்தனர். தொலைக்காட்சியின் ஒலி அளவில், அவர்கள் பேசிக் கொள்வது கேளாமல் வெறும் அசைவுகளாகவே இங்கிருந்து பார்க்கும்போது தெரிந்தது.

இன்னும் சற்று நேரத்தில் சைகைகள் மூலமாகச் செய்திகள் சொல்லத் துவங்குவார்கள்.

அதைப் புரிந்துகொள்வதில் எனக்கு எந்தச் சிரமமும் இருக்காது என்று தோன்றுகிறது.

- 'இந்தியா டுடே', அக்டோபர் 1997

இங்கே இருக்கும் புறாக்கள்

அருணாசலம் எழுதிய கடிதம் என் சட்டைப் பைக்குள்ளேயே இருந்தது.

'ஊருக்கு வந்தால் என்னையும் வந்து பார். விலாசம் அதே விலாசம்தான் என்றாலும், வீடு அதே வீடு இல்லை. இப்போ திருக்கிற நிலையில், நாங்கள் கட்டியிருந்த வீட்டைத் தம்பிக்கே கிரையம்பண்ணிக் கொடுத்துவிட்டோம். வாசலில் நுழைந்தவுடன், தம்பி வீட்டுக்கு நேரே, இடது பக்கம் ஒரு குச்சுவீடு இருக்குமே, அதில்தான் எல்லோரும் இருக்கிறோம். இதுவும் தம்பி வீடுதான். வாடகை என்று ஒன்றும் பேசிக்கொள்ளவில்லை. இப்பவும் அம்மா எங்களோடுதான் இருக்கிறாள். புறாக்களுக்கும் போக் கிடமில்லையோ என்னவோ. நீ ஒரு தடவை வந்திருக்கும்போது, 'திருவாசகம்' எல்லாம் பாடிக்காட்டினார்களே ராமையாப்பிள்ளை தாத்தா – அவர்கள் இறந்துபோன துக்கத்திற்குக்கூட நாங்கள் போக முடியவில்லை. இப்போது பிள்ளைகள் இரண்டு பேருக்கும் முழுப் பரீட்சை லீவுதான். பெங்காயனிக்கும் ஒரு மாறுதலாக இருக்கும் என்று எல்லோரையும் அனுப்பி வைத்திருக்கிறேன். குலசேகரப்பட்டினம் போயிருக்கிறார்கள். பள்ளிக்கூடம் திறப்பதற்கு இன்னும் இரண்டு வாரம்தான் இருக்கிறது. எல்லோரும் திரும்பி வந்தால் எப்படி யூனிபாரம் தைக்கப் போகிறேன், எப்படிப் பள்ளிக்கூடத்துக்குப் பணம் கட்டப் போகிறேன் என்று தெரிய வில்லை. நான் பண்ணிய காரியத்துக்கு உள்ளே தள்ளாமல் வெளியே விட்டு வைத்திருப்பதே ஆச்சரியம். மறுபடியும் ஸ்டோரில் வேலைக்கு எடுப்பார்கள் என்ற நம்பிக்கை இல்லை.'

சட்டைப்பையிலிருந்து மடித்தவாக்கில் ஒரு தடவை வெளியே எடுத்துப் பார்த்தேன். படிக்க அவசியமில்லாமல் எல்லாமே வரிவரியாய் ஞாபகம் இருந்தன. மறுபடியும் உள்ளே வைக்கப் போகும்போது, "கொடுங்கப்பா" என்று பக்கத்தில் வந்து கொண்டிருந்த செந்தில்குமார் கையை நீட்டினான். "மாமா கையெழுத்து நல்லாருக்குப்பா" என்று சொன்னான். சிறு பையன். அவன் போய் இதையெல்லாம் எதற்குப் படித்துக்கொண்டு என்று திடீரென்று தோன்றியது எனக்கு.

"கொண்டா, விலாசத்தை சரிபார்த்துக்கிடுதேன்" என்று வாங்கிப் பின்புறம் திருப்புவது போலத் திருப்பினேன். வழக்கம் போல, எஸ்.ஏ. சலன் என்கிற ஆங்கிலக் கையெழுத்து; ஒவ்வொரு எழுத்து வடிவமும் ஏகப்பட்ட அலங்காரச்சுழிப்புகளுடன் தெளிவாக இருந்தது.

"ஞாபகம் இருக்கா செந்தில், இந்த மாமாவை?"என்று நான் கேட்டபோது, அவன் தன் கையில் இருந்த பையை மறுகைக்கு மாற்றிக்கொண்டான். அதிக பாரம் எதுவுமற்ற சிறு பைதான் என்றாலும், எனக்கு வாங்கிக்கொள்ள வேண்டும் என்று தோன்றிற்று.

"நான் வச்சுக்கிடட்டுமா?" என்று கேட்டதும் செந்தில் சிரித்தது மாத்திரமில்லை, ரொம்ப இயல்பாகப் பையை என்னிடம் கொடுத்து விட்டு, "ஞாபகம் இருக்கு" என்றான். "போகிற வழியில் எல்லாம் ரெண்டு பக்கமும் மரமா இருந்தது" என்றான். "ஆற்றுக்குப் போய்ப் பார்த்தோம், அவங்க வீடுதானே?" என்று முழு அடையாளத்தையும் நெருங்கிவிட்டான்.

போன தடவை வரும்போது இவனைக் கூட்டிக்கொண்டுதான் வந்தேன். அருணாசலம் வீட்டுக்குப் போனால், 'ஞாயிற்றுக் கிழமையில்லா, பிள்ளைகளைக் கூட்டிக்கிட்டு ஆற்றுக்குக் குளிக்கப் போயிருக்காங்க' என்று அருணாசலத்தின் மனைவி தகவல் சொன்னார்கள். எப்போது பார்த்தாலும் சமபங்கு துக்கமும் சந்தோஷமும் கலந்த மாதிரியாகவே அந்த முகம் இருந்து வருகிறது.

'இருங்க, வந்திருவாங்க' என்று உட்காரச் சொல்லி நாற்காலியைக் காட்டினார்கள். நாற்காலியின் வலது கை ஒடிந்து தகரப்பட்டி வைத்து முறுக்கியிருந்தது. வீட்டு நடைவாசலில் நேர் மேலே ஓவல் சைசில் தலைப்பாகை – புஷ்கோட் – நேரியல் என்று ஒரு புகைப்படம் இருந்தது.

'தெரியுமுல்ல, அவங்க அப்பா; கொழும்புல இருக்கும்போது எடுத்தது' என்று என்னிடம் சொல்லிவிட்டு என் பையனை, 'வீட்டுக்குள்ளே வாப்பா' என்று கூப்பிட்டார்கள்.

ஜன்னலில் தொங்கவிடப்பட்டிருந்த ஹார்லிக்ஸ் பாட்டிலில் இருந்து, மஞ்சளும் பச்சையுமாகப் பணச்செடி படர்ந்து கொண்டிருந்தது. கிட்டத்தட்ட அந்தப் புகைப்படத்தைத் தொடுகிற மாதிரி அசைந்தது.

'மேலேயே போயிட்டுது போல இருக்கே' என்றேன். யாரிடம் சொன்னேன் என்றில்லாமல், சொல்லத் தோன்றியது; சொன்னேன்; தன்னிடம் சொன்னது போல–

'அது ஒண்ணுதான் மேலாறப் போயிருக்கு. மற்றது பூரா கீழாறப் போயிட்டுது' என்று சொல்லிவிட்டு, அந்தச் செடியையே பார்த்துக்கொண்டிருந்த அருணாசலத்தின் மனைவியுடைய கண்கள் கலங்கின. 'தேதியைக் கிழிக்கவே இல்லைப்பா' என்று செந்தில் அவனாகவே நாலைந்து தினங்களின் தாள்களை அப்புறப்படுத்தியபோது, சுவர்களில் அடிக்கப்பட்டிருந்த சுண்ணாம்பு தகடு தகடாகப் பெயர்ந்து விழுந்தது. மேலுக்கு மேல் ஒட்டப்பட்ட சுவரொட்டிகள் கிழிக்கப்பட்டதுமாதிரி, ஒரு விநோதமான பழுப்பு நிறத்தில் பழைய சுவர் தெரிந்த சமயம் ஒன்றிரண்டு புறாக்கள் வாசலில் இறங்கின.

'யாரு வந்திருக்காங்க?' என்று வீட்டுக்குள்ளிருந்து குரல் வந்தது.

'அவன் வீட்டில இல்லை, வெளியில போயிருக்கான்னு சொல்லிவிட்டு உள்ளே வா' என்று மறுபடி சொன்னது. 'இருக்கானா, இருக்கானான்னு கேட்டு வருகிற ஆள்களுக்குப் பதில்சொல்லி வாயும் புளிச்சுப்போச்சு. எத்தனை பேருக்குத்தான் நோட்டு எழுதிக்கொடுத்திருப்பானோ, எத்தனை பேருகிட்டதான் கைநீட்டி வாங்கி இருப்பானோ தெரியலை. ஏண்டா பொழுது விடியுது, விடியாப் பொழுதாப் போனாப்லயன்னு இருக்கு.'

வெளிச்சம் குறைவாக இருந்த பட்டாசலுக்குள் இருந்து குரல் நடுங்கிக்கொண்டு கேட்டது. குரல் வந்த திசையைப் பார்த்தால், பழையகாலத்துத் தோம்ராக் கட்டிலில் யாரோ எழுந்திருந்து உட்கார்ந்திருப்பது மங்கலாகத் தெரிந்தது.

'இது உங்க மகனுக்குத் தெரிஞ்சவங்க அத்தை. சும்மா பார்த்துட்டுப் போக வந்திருக்காங்க.' இந்தப்புறமும் உட்புறமும் மாறிமாறிப் பார்த்துக்கொண்டு நடைப்பக்கம் நின்று பேசுகிற

அருணாசலத்தின் மனைவி முகம் உணர்ச்சியற்று வெறுமையாக இருந்தது. இந்தக் காலை வெயில், புறாக்களைப் பார்த்துக்கொண்டு நிற்கிற என் பையன், அவன் கிழித்துப் பறக்கவிட்ட காலண்டர் தாள்கள் எதுவும் பதியாமல், திகைத்தது மாதிரி இருந்தது பார்வை.

எனக்கு அந்த இடத்தில் நிற்க முடியவில்லை.

'நான் அப்படியே ஆற்றுவரைக்கும் போய்ப் பார்த்துட்டு வாரேன்' என்று சொல்லிக்கொண்டேன். 'இரண்டு பேருமாகப் போயிட்டு வந்திருதோம், பக்கம்தானே!' என்று நான் செந்திலுடன் புறப்பட்டதை அவர்கள் தடுக்கவில்லை.

அரை வட்டம் போன்று இருந்த அடுத்தடுத்த கல்நடைகளில் இறங்கியபோது புறாக்கள் மட்டும் பறந்து போய் பக்கத்து காம்பவுண்ட் சுவரில் அமர்ந்தன.

நாங்கள் படித்துறையில் இறங்கும்போது அருணாசலம் எங்களைப் பார்க்கவில்லை. மணலை விட்டு வெகுதூரம் உள்வாங்கி ஆற்றின் நடுப்பகுதியில் மட்டும் தண்ணீர் ஓடிக் கொண்டிருந்தது.

குளித்து முடித்துவிட்டார்கள் போல.

அருணாசலம், மகளுடைய தலையைத் துவட்டிக் கொண்டி ருந்தான். இடுப்புத்துண்டும் கையில் முறுக்கிப் பிழிந்து வைத் திருக்கிற கால்சட்டையுமாகப் பையன் கரண்டையளவுத் தண்ணீரில் நின்றுகொண்டிருந்தான். துவட்டின துண்டை ஒரு உதறு உதறின போது, நான் அருணாசலத்தைப் பெயர்சொல்லிக் கூப்பிட்டேன்.

அவர்கள் மூன்று பேரும் என் பக்கம் பார்த்தார்கள். பின்னால் யானை முங்கிப் படுத்துக்கொண்டிருப்பதுமாதிரி ஒரு பாறை இருந்தது.

'யாரு, மகனா?' என்று செந்திலின் கன்னத்தைத் தட்டினான். 'குளுந்து கிடக்கா மாமா கையி?' என்று சிரித்தான்.

'வீட்டுக்குப் போயிட்டா இங்க வார?' என்று கேட்ட கையோடு அவனுடைய பெண் – பையன் பெயர் சொல்லி எனக்கு வணக்கம் சொல்லச் சொன்னான். குனிந்து இரண்டு பேருடைய கைகளையும் தன் கையால் கூப்பி வணங்கச் செய்துவிட்டு, அவனே அவர்கள் இரண்டு பேரையும் பக்கவாட்டில் சேர்த்து அணைத்துக் கொண்டான்.

'ஆற்றில் குளிப்போமா, வாரியா?' என்று என் மகனிடம் கேட்டுவிட்டு, மறுபடியும் ஆற்றைப் பார்க்கப் பக்கவாட்டில் திரும்பினான். மறுபடியும் குளிக்கத் தயாராக அவனுடைய பிள்ளைகளும் தண்ணீருக்குள் கால் வைத்தன.

'இன்னொரு நாளைக்கு' என்று நான் செந்திலைப் பார்த்துக் கொண்டு சொன்னேன்.

'இன்னொரு நாளைங்கிறது வரவே வராது' என்று அருணாசலம் சிரித்துக்கொண்டே சோப்பு டப்பாவை உதறினான். லைபாய் சோப்பு வாசம் அடித்தது.

அந்தச் சோப்பு வாசம் அப்படியே இன்றைக்கும் காற்றில் இருந்தது.

"நேரம் இருந்ததுன்னா இன்னைக்கு ஆற்றில் குளிப்போமா?" என்றேன். செந்தில் தலையாட்டினான். போதுமான மாற்றுடைகள் ஏற்கெனவே பையில் இருந்தன.

"வீட்டுக்குப் போய் எட்டிப் பார்த்துவிட்டு வந்துருவோம், என்ன?" என்றேன். இதற்கும் செந்தில் ஒத்துக்கொண்டான். எனக்கு எதற்காவது அவன் எதிர்ப்புத்தெரிவிக்க மாட்டானா என்றிருந்தது. முழுவதும் நிரம்பின குப்பையுடன் நகராட்சி லாரி அசைந்தசைந்து எதிரே வரும்போது, என் கையிலிருந்து தன்னை உருவிக்கொண்டு தானாக அவன் சிவன்கோயில்வரை அல்லது தெருவிலிருந்த தபால்பெட்டிவரை போய் நிற்க மாட்டானா என்று தோன்றியது.

அருணாசலம் வீட்டுச் சுவரில் சமீபத்தில் நடந்து முடிந்த கவுன்சிலர் தேர்தலுக்கான விளம்பரம் பெரிய எழுத்துகளில் எழுதப்பட்டிருந்தது. வாசலில், 'பேராத்துச்செல்வி' என்று ஒரு ஆட்டோ நின்றது.

அருணாசலம் தன் கடிதத்தில் உள்ளே நுழைந்ததும் இடது புறம் இருக்கிற குச்சுவீடு என்று எழுதியிருந்தான். ஒரே ஒரு வீடுதான் அப்படி இருந்தது. கதவு சாத்தியிருந்தது. செருப்பைக் கழற்றிவிட்டுக் கூப்பிட்டேன்.

"அந்த வீடுப்பா, இது இல்லை" என்று முன்பு வந்த வீட்டைச் செந்தில் காட்டினான்.

"இல்லை, இல்லை. இப்போ மாமா இங்கேதான் இருக்காங்க" என்று சொல்லிக்கொண்டு மூடியிருந்த கதவைத் தள்ளினேன். கதவு அதிக வேகத்துடன் திறந்து உட்பக்கச் சுவரில் மோதியது.

வீட்டில் யாருமே இல்லை. ஒரு பழைய கோரம்பாயும் தலையணையும் மட்டும் கிடந்தது. தரையில் ஸ்டவ் வைத்து உபயோகித்த அடையாளத்துக்குச் சுவரில் கரி படிந்திருந்தது. ஜன்னலில் ஒரு கண்ணாடி டம்ளருக்குள், சிவப்பாக ஒரு டார்ச் செல் கிடந்தது. தெருப்பக்கம் இருந்த ஜன்னலை ஒட்டின சுவரில் நாலைந்து ஸ்டாம்புகள், ஒரு பொங்கல் வாழ்த்து ஒட்டப் பட்டிருந்தன. அதற்கு எதிர்பக்கம் ஒரு அங்கணக்குழி. கவிழ்த்தி வைத்த தகர வாளி. தேய்ந்து கறுத்துப்போன தென்னை ஈர்க்கு வாரியல்.

செய்தித்தாள் மடித்து வைக்கப்பட்ட கதவில்லாத அலமாரியில் இரண்டு மஞ்சள் கிழங்குகள். ஊதுவத்திக் குச்சிகள். எரிந்து புகையடித்த பேப்பர் கருகல்.

அந்தக் கோரம்பாயின் நொறுங்கின சிலாம்புகளும் கருநீலமான வர்ணங்கள் நைந்து தரைதெரிந்த ஓட்டையும் பச்சைப்பூக்கள் போட்ட பிசுக்குத் தலையணையும் திரும்பத் திரும்ப என்னவோ செய்தன.

பின்னால் யாரோ வந்து நிற்பதுமாதிரி இருந்தது.

"யாரு வேணும்?" என்று குரல் வந்தது. திரும்பினால் கண்ணாடியும் கையில்லாத பனியனும் மேல்துண்டும் மைனர் செயினுமாக என்னையும் செந்திலையும் கூர்மையாக நிதானித்தபடி அந்த ஆள் நின்று கொண்டிருந்தார்.

"அருணாசலம் இல்லையா?" நான் கேட்டதற்கு அந்த ஆள் பதில் சொல்லவில்லை.

"நீங்க யாரு?" என்று கேட்டார்.

சொன்னேன்.

"என்ன விஷயம்?" என்று மேல்துண்டைச் சரிசெய்து கொண்டார்.

"விஷயம் ஒண்ணுமில்லை. சும்மா பார்த்துட்டுப் போலாம்ணு வந்தேன். ஊருக்கு வந்தால் வாண்ணு லெட்டர் போட்டிருந்தான்." என்னை அறியாமல் சட்டைப்பையிலிருந்து கடிதத்தை எடுத்தேன்.

"எந்த ஊரு உங்களுக்கு?"

"சொந்த ஊரு இதுதான்; டவுண். சுடலைமாடன் கோயில் தெரு. இப்போ வெளியூரில் இருக்கோம்."

"எப்படிப் பழக்கம் ரெண்டு பேரும்?"

ஒன்றாகப் படித்ததில் இருந்து, எவ்வளவு தூரம் நானும் அருணாசலமும் நெருக்கம் என்பதையும், எனக்கு எங்கே கல்யாணம் ஆகியிருக்கிறது என்பதையும் சொன்னேன்.

“ஸ்டேஷன் மாஸ்டர் பெண்ணையா கட்டியிருக்கீங்க?” நான் சொன்ன குடும்பத்தின் அடையாளம் பிடிபட்டுச் சற்று இறுக்கம் குறைந்தது.

எத்தனாவது பெண், என்ன பெயர் என்று சொன்னதும், “உங்க மாமா வீட்டில் யாருகூடவோ என் வீட்டுக்காரி படிச்சிருக் கிறதாகச் சொன்ன ஞாபகம்” என்று திரும்பினார். உட்பக்கம் அவருடைய மனைவி பெயரைச் சொல்லிக் கூப்பிட்டார். யாரும் வரவில்லை. அவருடைய பெண் வந்தது. “அம்மையைக் கூப்பிடு” என்றார்.

“என்னைப் பார்த்த ஞாபகம் இருக்கா? நான் அருணாசலத் தோட தம்பி” என்றார்.

“பார்த்த ஞாபகம் இல்லை. பேசப்பேச லேசா ஜாடை தெரிய ஆரம்பிக்குது இப்பதான்” என்ற என் தோளில் கையை வைத்தார்.

“வாங்க, வீட்டில் உட்கார்ந்து பேசுவோம்” என்றார்.

நீல பிளாஸ்டிக் எழுத்துகளில் இருந்த பெயர்ப் பலகையைப் படித்துக்கொண்டே நுழைந்தேன். செந்தில், செருப்பைக் கழற்றிக் கொண்டு வெளியே நின்றான்.

டி.வி.யை நிறுத்தினார். உட்காரச் சொன்னார். விசிறியை ஓடவிட்டார். வந்துகொண்டிருந்த மனைவியை அறிமுகம் செய்து வைத்தார். நான் யார் வீட்டில் பெண் எடுத்திருக்கிறேன் என்று சொன்னதும், என் மனைவி பெயரைக் கேட்டார்கள்.

“அவுங்க அக்கா வேணியும் நானும் ஒண்ணாப் படிச்சோம்” என்று சொல்லிப் பள்ளிக்கூடத்தையும் தலைமை ஆசிரியரையும் நினைவுகூர்ந்தார்கள்.

எனக்குக் காலியாக இருந்த குச்சு வீடும் கோரப்பாயுமே ஞாபகத்தில் இருந்தன.

“அருணாசலம் இல்லையா?” நான் வெகுநேரம் கழித்துக் கேட்டபோது, எதிர்நாற்காலியில் இருந்த அருணாசலத்தின் தம்பி எழுந்திருந்து என் பக்கத்தில் வந்து உட்கார்ந்தார். சற்று நேரம் அமைதியாகவே இருந்தார். நீண்டதாக ஒரு மூச்சு விட்டார்.

“அப்போ அண்ணனைப் பற்றி நீங்க ஒண்ணுமே கேள்விப் படலையா?” என்றார்.

“இல்லையே” என்று சொல்லும்போதே அடிவயிற்றில் யாரோ கத்தியைப் பாய்ச்சப்போகிறமாதிரி இருந்தது. செந்தில் என் முகத்தைப் பார்த்துக்கொண்டே நெருங்கி உட்கார்ந்தான். செந்திலின் கைகளைத் தேடிப் பிடித்துக் கொள்ள முயன்றபோது தோள்பட்டை தட்டுப்பட்டது.

“தம்பி, நீ வேணும்னா உள்ளே போப்பா. ஆச்சி, அக்கா எல்லாம் இருக்காங்க. போய்ப் பேசிக்கிட்டு இரு” என்று செந்திலை எழுப்பி, “சௌந்தரம், அவனை உள்ளே கூப்பிட்டுக்கிட்டுப் போய் ஏதாவது குடிக்கச் சொல்லு” என்று சத்தம் கொடுத்தார். அவர் மனைவி வந்து அழைக்க, மிகுந்த தயக்கத்துடன் செந்தில் உள்ளே போய்க்கொண்டு இருந்தான். செந்தில் ஒன்றுமே பேசவில்லை. ஆனால் எல்லாச் சத்தத்தையும் அவன் கூட்டிக்கொண்டு போய் விட்டது போல மிக்க அமைதியாக இருந்தது.

“சொல்லுங்க” என்றேன்.

“அண்ணன், மதினி – பிள்ளைகளை எல்லாம் கூட்டிக்கிட்டு ராத்திரியோட ராத்திரியா சொல்லாம கொள்ளாம எங்கேயோ போயிட்டாங்க. பத்து நாளாச்சு.” என் கையை அவரும் அவர் கைகளை நானும் பற்றிக்கொண்டோம்.

“இதுவரைக்கும் ஒரு தகவலும் இல்லையா?”

‘‘உங்களுக்கு ஏதாவது தகவல் எழுதித்தான் நீங்க வந்திருக்கீங்களோண்ணு நான் நினைச்சேன்.” கண்ணாடியைக் கழற்றிக்கொண்டு அவர் அழத் துவங்கினார். நான் பையிலிருந்து எடுத்துக் கொடுத்த கடிதத்தைக் கண்ணாடி இல்லாமலேயே வாசித்துவிட்டு, “இதுக்கு அப்புறம் எல்லாம் இருந்தாங்களே. போன சனிக் கிழமைக்கு முந்தின சனிக்கிழமையில்லா இப்படிப் பண்ணிட்டாங்க. விடிஞ்சு எட்டு மணியாச்சே, என்னடா ஒருத்தர் சத்தத்தையும் காணுமேண்ணு வீட்டைத் திறந்து பார்த்தா, ஒரு பாயும் தலையணையும் கிடக்கு. என்னால ஏண்ட மட்டுக்கும் அவனை எழுந்திருச்சு நடமாட வச்சிரலாம்ணுதான் பிரயாசைப் பட்டுக்கிட்டு இருந்தேன். கழுத்தளவு கசத்துல நிக்கும்போது எல்லாம் இருந்துட்டு, இடுப்பளவுக்கு வந்த சமயத்துல இப்படிப் பண்ணிட்டுப்போயிட்டான். ஒரு கிழவி, வீட்டுல கிடக்கேண்ணு

கூடத் தோணாமல் போயிட்டுதே அவனுக்கு.'' நாசியில் வழிகிற நீரும் முகத்தைத் துடைக்கிற துண்டுமாக ஒவ்வொன்றாகச் சொல்லிக்கொண்டே வரும்போது–

''யாருப்பா வந்திருக்கா? உங்க அண்ணனுக்குச் சேக்காளிண்ணு சௌந்தரம் சொல்லுறாளே, யாரு அது? இப்படி ஒரேயடியா எல்லாத்தையும் ஈரக்குலை கொதிக்கவச்சிட்டுப் போயிருக்கானே, சரியா அய்யா?'' பாதியாக ஆளே மடங்கின மாதிரியாகக் குனிந்து, அருணாசலத்தின் அம்மா ஒரு பக்கத்துக் கையை மருமகள் தோளிலும், ஒரு பக்கத்துக் கையைச் செந்தில் கையிலும் பதித்துக்கொண்டே நடந்து வந்தார்கள்.

''மெதுவாக வாங்க. மெதுவாக, பார்த்து.'' செந்தில் ஒவ்வொரு அடிக்கும் சொல்லிச் சொல்லி ஆதரவாகத் தன் கால்களைத் தரையோடுதரையாகத் தேய்த்துக்கொண்டே வந்தான். விளிம்புகளில் மட்டும் பிரகாசிக்கும்படியாக மொத்தக் கனத்தையும் தன்னுடன் இழுத்துக்கொண்டே அருணாசலத்தின் அம்மா எங்களை நோக்கி வர, அந்த அறையே வேறுவிதமாக மாறிவிட்டது போல இருந்தது.

நானும் அருணாசலத்தின் தம்பியும் எழுந்து நின்றோம்.

எங்கள் பக்கம் அவர்கள் வந்ததும் செந்தில் என் கையைப் பிடித்துச் சற்று இழுத்தான். ''இன்னம் கொஞ்ச நேரம் அவங்ககூட இருந்துட்டுப் போகலாமாப்பா?'' என்று என்னிடம் கேட்டான். சரி என்கிறது போல நான் அவனுடைய தலையைத் தடவினதும் சந்தோஷமோ என்னவோ, என் புறங்கையைக் கிள்ளினான்.

மிகுந்த சிரமத்துடன் அருணாசலத்தின் அம்மா சோபாவில் சாய்ந்து உட்காரும்போது, வாசலில் படபடவென்று நாலைந்து புறாக்கள் இறங்கித் தரையில் அமர்ந்தன. மேலும் இரண்டு புறாக்கள் பறந்து வந்து உட்காரும்போது, கண்களை இடுக்கிக்கொண்டு வாசலைப் பார்த்தபடி–

''இதுக எல்லாம் இங்கேதான் இருக்கு'' என்று அருணாசலத்தின் அம்மா சொன்னாள்.

எங்களையும் சேர்த்துத்தான் அப்படிச் சொல்லியிருக்க வேண்டும்.

– 'தினமணி' தீபாவளி மலர், 1997